पाहावे आपणासी आपण

पाहावे आपणासी आपण

प्रा. मिलिंद जोशी

MANJUL
मंजुल पब्लिशिंग हाउस

MANJUL

मंजुल पब्लिशिंग हाउस

पुणे संपादकीय कार्यालय

फ्लॅट नं. 1, पहिला मजला, समर्थ अपार्टमेंट्स,
1031 टिळक रोड, पुणे - 411 002

व्यावसायिक आणि संपादकीय कार्यालय

दुसरा मजला, उषा प्रीत कॉम्प्लेक्स, 42 मालवीय नगर, भोपाळ - 462 003

विक्री आणि विपणन कार्यालय

7/32, अंसारी रोड, दर्यागंज, नवी दिल्ली - 110 002
www.manjulindia.com

वितरण केंद्रे

अहमदाबाद, बेंगलुरू, भोपाळ, कोलकाता, चेन्नई,
हैदराबाद, मुंबई, नवी दिल्ली, पुणे

प्रस्तुत मराठी आवृत्ती 2019 साली प्रथम प्रकाशित

ISBN : 978-93-88241-74-8

मुद्रण व बाइंडिंग : थॉमसन प्रेस (इंडिया) लिमिटेड

माझ्या मार्गदर्शक, लेखणी आणि वाणीच्या उपासक
डॉ. रजनी जोशी (माणकेश्वरकर) यांना आदरपूर्वक...

मनोगत

येणे कारणे हा लेखन प्रपंच!

'दै. लोकसत्ताच्या चतुरंग पुरवणीसाठी स्वामी विवेकानंदांच्या दीडेशव्या जयंती वर्षाच्या निमित्ताने 'विवेकानंदांच्या विचारविश्वातील स्त्री' या विषयावर लेख लिहाल का?' असा चतुरंग पुरवणीच्या संपादक आरती कदम यांचा फोन आला. मी लेख लिहिला. त्यांना तो आवडला. पाँडेचेरीच्या माताजी मीरा रिचर्ड यांच्यावरचा माझा लेखही त्यांनी प्रसिद्ध केला. त्यातून 'बोधिवृक्ष' या अध्यात्म आणि जीवन यांना एकत्र गुंफणाऱ्या सदरासाठी मी लेखन करावे, असे त्यांनी सुचविले. हा विषय माझ्या आवडीचा आणि अभ्यासाचाही होता. मी होकार दिला. दर पंधरा दिवसांनी शनिवारच्या चतुरंग पुरवणीत लेख प्रसिद्ध झाल्यानंतर वाचक दूरध्वनीद्वारे आणि ई-मेलद्वारे आपल्या प्रतिक्रिया कळवत असत. त्यांच्याशी संवाद साधणे हा एक कार्यक्रमच होऊन जात असे. हा विषय वाचकांना अधिक जिव्हाळ्याचा वाटतो आहे, हे जाणवत होते. हे सारे लेख एकत्रित करून त्याचे छोटेखानी असले तरी पुस्तक व्हावे, अशी इच्छा अनेक वाचकांनी व्यक्त केली.

अनेक शाळांमधल्या आणि महाविद्यालयांमधल्या विद्यार्थ्यांनी या सदरात प्रसिद्ध झालेले हे लेख चित्रकलेच्या वहीत तारीखवार चिकटवून ठेवलेले होते. व्याख्यानाच्या निमित्ताने भेट झाल्यानंतर या वहीत ते माझी स्वाक्षरी घेत असत. सर्व वयोगटांतील वाचकांना हे विषय महत्त्वाचे वाटत आहेत, हे जाणवत होते, त्यामुळेच सदरासाठी लिहिलेले लेख आणि इतरत्र लिहिलेले लेख एकत्र करून 'पाहावे आपणासी आपण' हे पुस्तक प्रकाशित करण्याचे मी ठरविले.

जन्म आणि मृत्यू यांच्यामधले जगणे अधिक सुंदर करण्याची आस प्रत्येक माणसाला लागलेली असते. काळ पुढे सरकत राहतो, तसे आयुष्य उलगडत जाते, समजत जाते. माणसांच्या चांगल्या-वाईट काळात त्याची साथसोबत करणारे विचारच त्याच्या आयुष्याची दिशा ठरवत असतात

म्हणूनच 'आपुलिया हिता। जो असे जागता।।' याची आठवण संतश्रेष्ठ तुकोबारायांनी करून दिलेली आहे.

'पाहावे आपणासी आपण।' हे समर्थ वचन आणि 'तुका म्हणे झरा। मुळचाचि आहे खरा।।' हा तुकोबारायांचा विचार आपल्याला स्वतःकडे अधिक गांभीर्याने पाहायला सांगतो. 'मी'ची जडणघडण किती महत्त्वाची आहे, हे सूचित करतो. व्यक्तिमत्त्व नावाच्या मूल्याचे संवर्धन करणे किती आवश्यक आहे, याची जाणीव करून देतो. माणसाच्या जगण्याची गुणवत्ता वाढावी, असे वाटत असेल, तर ते काम केवळ विचारच करू शकतात. विचारांची आरास धनाच्या राशीपेक्षाही माणसांचे जगणे अधिक श्रीमंत आणि समृद्ध करीत असते.

अनेकदा विषय साधे असतात; पण ते जीवन व्यापून टाकतात. याचा अनुभव आपण घेत असतो. श्रद्धा, अनुभव, आशावाद, एकांत, हास्ययोग, वक्तृत्व कला, स्मृती, मी, ॐकार स्वरूप, साधेपणा, तो राजहंस एक, आध्यात्मिक एकारलेपण, मनाचे व्यवस्थापन यांसारख्या विविध विषयांवर मी माझे चिंतन या पुस्तकात मांडले आहे.

आज एकीकडे भौतिक समृद्धीचा आभास निर्माण झाला असला, तरी दुसरीकडे किळसवाणे वैचारिक दारिद्र्य आहे. आर्थिक संपन्नता येत असताना जगण्यातली अर्थपूर्णता कमी होत आहे. समाजाच्या नैतिक आणि भौतिक जीवनातील दरी रुंदावत आहे. पक्वान्नांची संख्या वाढत असताना जीवनसत्त्वांचा मात्र भागाकार होताना दिसतो. दिखाऊपणाच्या आकर्षणामुळे टिकाऊपणाकडे दुर्लक्ष होत आहे. राहणीमान उंचावत असताना जगण्यातला कस नाहीसा होत आहे, त्यामुळे जगण्याची प्रत आणि गुणवत्ता खालावताना दिसते. ही ओहोटी थांबवायची असेल, तर माणसांची विचारसंपन्नता वाढणे गरजेचे आहे. विचारवृक्षांच्या सावलीत माणसांचे भरणपोषण झाले, तर तो अधिक विवेकी, विचारी आणि गुणसंपन्न होईल असे 'बोधिवृक्ष' या सदराची योजना करणाऱ्या संपादकांना वाटले असेल. या सदरासाठी लेखन करण्याचा भाग्ययोग ज्यांच्यामुळे माझ्या वाट्याला आला, त्या लोकसत्ता परिवाराच्या मी सदैव ऋणात राहीन. या सदरासाठी लेखनप्रवास ही मलाच समृद्ध करणारी एक विचारयात्रा होती.

'मंजुल पब्लिशिंग हाउस'ने हे पुस्तक देखण्या रूपात प्रकाशित केले आहे. त्यांचा मी आभारी आहे.

जयदीप कडू यांनी आशयाला साजेसे मुखपृष्ठ केले आहे. मुद्रितशोधनाची जबाबदारी पार पाडणाऱ्या संध्या पाटील यांच्यामुळे पुस्तक दोषरहित होण्यास मदत झाली. या पुस्तकनिर्मितीत मोलाचे योगदान देणाऱ्या सर्व ज्ञात–अज्ञातांचा मी ऋणी आहे.

ज्येष्ठ कवयित्री डॉ. अरुणा ढेरे यांनी या पुस्तकाची पाठराखण केली आहे, हेदेखील या पुस्तकाचे भाग्य आहे.

हे पुस्तक प्रकाशित होत असताना मला सर्वतोपरी मदत करणारे 'मंजुल पब्लिशिंग हाउस'चे माझे सन्मित्र चेतन कोळी (मुख्य संपादक) यांचाही मी आभारी आहे.

वाचकांना हे पुस्तक आवडेल, अशी मला आशा आहे.

– प्रा. मिलिंद जोशी
पुणे.
दि. २९ एप्रिल २०१८

अनुक्रमणिका

श्रद्धा

जगातल्या सगळ्या विचारवंतांचे हेच सांगणे आहे. श्रद्धा हेच दैवत मानून जीवनात वाटचाल करता येणार नाही. प्रयत्नवादाची कवाडे बंद करणारी कोणतीही श्रद्धा माणसाला उत्कर्षाच्या वाटेने घेऊन जाऊ शकणार नाही. श्रद्धेमुळे माणसाची तौलनिक विचारशक्ती कुंठित होता कामा नये. माणसांना जसे भावभावनांचे व्यवस्थापन करता येते, तसे आपल्या श्रद्धाभावाचेही व्यवस्थापन करता आले पाहिजे. श्रद्धेमुळे दिलासा मिळत असला तरी तिच्या आधारे इतरांवर भरवसा टाकून वाटचाल करणेही योग्य नाही.

माणसाच्या जीवनातून श्रद्धा वजा केली तर काय होईल? या प्रश्नाची अनेक उत्तरे असू शकतील. जीवनात कशावरही आणि कुणावरही श्रद्धा न ठेवतादेखील वाटचाल करता येऊ शकेल, असे मानणाऱ्यांचा जसा एक वर्ग आहे, तसा श्रद्धेय भावनेने जगणाऱ्यांचाही एक वर्ग आहे. मुलांची आई-वडिलांवर श्रद्धा असते. विद्यार्थ्यांची गुरूंवर श्रद्धा असते. बुद्धिवादी आणि विचारवंतांची विचारांवर श्रद्धा ठेवून वाटचाल सुरू असते. विज्ञाननिष्ठांची प्रयोगातून हाती येणाऱ्या वैज्ञानिक सत्यावर श्रद्धा असते. एखादा रुग्ण शस्त्रक्रियेसाठी दवाखान्यात दाखल होतो. त्याच्या जीवनमरणाचा प्रश्न असतो. दवाखान्यातील लोकांवर श्रद्धा ठेवून तो दिलेली औषधे घेत असतो. शस्त्रक्रियेपूर्वी या शस्त्रक्रियेला माझी मंजुरी आहे, अशा आशयाच्या फॉर्मवर सही करीत असतो. जे डॉक्टर तुझ्यावर उद्या शस्त्रक्रिया करणार आहेत, त्यांच्यावर तुझी श्रद्धा आहे का, हा त्या रुग्णाला विचारलेला प्रश्न हास्यास्पद वाटला, तरी डॉक्टरांवर श्रद्धा असल्याखेरीज शांत मनाने त्या रुग्णाला शस्त्रक्रियेला सामोरे जाता येणार नाही. देव आहे की नाही, या प्रश्नावर सातत्याने विचारमंथन आणि वाद सुरू असतात. स्वतःला आस्तिक म्हणवून घेणाऱ्यांची देवावर अढळ श्रद्धा असते, तर नास्तिक लोक देवाचे अस्तित्व मानायला तयार नसतात, तरीदेखील या जगात देव नाही, यावर श्रद्धा ठेवून त्यांना वाटचाल करावी लागते. हे सारे पाहिल्यानंतर श्रद्धेचे महत्त्व लक्षात येते.

श्रद्धेमुळे विश्वास निर्माण होतो की विश्वासामुळे श्रद्धा निर्माण होते, याबाबतीतले प्रत्येकाचे अनुभव वेगवेगळे असू शकतात. मी डॉक्टरांवर श्रद्धा ठेवून उपचार घेतले आणि आजारातून बरा झालो, त्यामुळे माझा त्यांच्यावर विश्वास बसला, असे सांगणारेही रुग्ण असतात. माझा डॉक्टरांवर विश्वास होता; पण दवाखान्यात दाखल असताना मला ज्या प्रकारची वागणूक मिळाली, त्यामुळे माझ्या श्रद्धेला तडा गेला, असे सांगणारेही रुग्ण भेटतात. या गोष्टींमध्ये साम्य असले तरी आपल्याला येणाऱ्या अनुभवांच्या आधारेच माणूस प्रत्येक गोष्टीची मीमांसा करीत असतो. श्रद्धा हा विषयदेखील त्याला अपवाद नाही.

महाराष्ट्रातील ज्येष्ठ विचारवंत आणि ख्यातनाम वक्ते (कै.) प्राचार्य शिवाजीराव भोसले म्हणत, 'जीवनाला आधारभूत असणारा आणि

जीवनातील विविध व्यवहारांचे व्यवस्थापन करण्यासाठी आवश्यक वाटणारा एखादा अढळ भाव व्यक्तिजीवनात असेल, तर त्याला श्रद्धा हे नाव देता येईल. श्रद्धेच्या उपयुक्ततेविषयी दुमत असण्याचे कारण नाही. माणसाचं व्यक्तिमत्त्व, अस्तित्व आणि अस्मिता यांचा व्याघात करणारा कोणताही भाव श्रद्धा या संज्ञेस पात्र ठरू शकणार नाही. 'श्रद्धा' ही आत्मविश्वाससंवर्धक संजीवनी आहे.'

स्वामी विवेकानंद म्हणत, "The old religion said that he was an ethist who did not believe in God, but my new religion says that he is an ethist who does not believe in himself." ज्याचा देवावर विश्वास आहे; पण स्वतःवर नाही, त्याला मी नास्तिक मानतो. कालीमातेवर अढळ श्रद्धा असणाऱ्या विवेकानंदांची ही भावना होती.

महात्मा गांधीजीदेखील परमेश्वराचे अस्तित्व मानणारे होते; पण त्यांची देवावरची अढळ श्रद्धा भाबडी नव्हती. ते म्हणत, 'या देशात परमेश्वराला प्रकट व्हायचे असेल, तर भाकरीच्या रूपातच प्रकट व्हावे लागेल.'

श्रद्धेला जोपर्यंत विवेकाचे अस्तर असते, तोपर्यंत श्रद्धा माणसाच्या जीवनाला समृद्ध करणाऱ्या ऊर्जेचे काम करते; पण विवेकशून्य श्रद्धा माणसांच्या जीवनात भावनिक कोलाहल निर्माण करते. त्याचे जीवन कडेलोटाच्या काठावर आणून उभे करते.

श्रद्धा की अंधश्रद्धा हादेखील अनेकदा वादाचा आणि चर्चेचा विषय राहिलेला आहे. अनेक विचारवंतांना असे वाटते, 'अंधश्रद्धा नावाची गोष्ट नसते. एक तर श्रद्धा असते किंवा नसते.' अंधश्रद्धा निर्मूलन या विषयाचे प्रतिपादन करणारे लोक सांगतात, 'श्रद्धेच्या लाटेवर स्वार होऊन माणूस जेव्हा बुद्धी आणि विवेक हरवून बसतो तेव्हा आमचे कार्य सुरू होते.'

रवींद्रनाथ टागोर म्हणत, 'ज्याला प्रकाशाची चाहूल लागते आणि पहाटेच्या काळोखात ज्याला गाणे स्फुरते असा पक्षी म्हणजे श्रद्धा होय. श्रद्धा ही सुखद आशावादाची सनई असते. तिच्या वादनाने जीवनाचे दालन उघडते.'

बुद्धिनिष्ठा आणि विज्ञाननिष्ठा यांच्या इतकाच जीवनात भावनांचाही पाझर असायला हवा. भावनाशून्य जीवन रूक्ष आणि कोरडे होईल. मूलभूत श्रद्धेशिवाय माणसाला जगता येणार नाही, हे खरे तथापि कशालाही श्रद्धा म्हणून वाटचाल करता येणार नाही.

परीक्षेला जाणाऱ्या विद्यार्थ्यांची देवावर श्रद्धा असेल त्याच्या कृपेने मी पास होईन, अभ्यास करण्याची आणि पेपर लिहिण्याची तसदी घेण्याचे काहीएक कारण नाही, असा दृढनिश्चय त्या विद्यार्थ्याने केला तर काय होईल? माझी डॉक्टरांवर श्रद्धा आहे. त्याच्या कृपेने मी अनेकदा आजारांतून आणि मरणाच्या दारातून बाहेर आलो आहे. त्यामुळे त्यांनी सांगितलेली पथ्ये मी पाळली नाहीत, तरीही माझे काहीही वाकडे होणार नाही, असे रुग्णाला वाटले तर काय होईल? माझा माझ्या आध्यात्मिक गुरूंवर विश्वास आहे. मी निवडणूक लढवत असताना प्रचार करण्याचे, मतदारांना भेटण्याचे आणि सभा घेण्याचे काहीएक कारण नाही. मला मताधिक्य मिळवून देण्याचे काम माझे गुरू करतील. अशी श्रद्धा निवडणूक लढविणाऱ्या उमेदवारांनी ठेवली तर? या साऱ्या प्रश्नांची उत्तरे निराशाजनक येतील. श्रद्धेशिवाय माणसाला जगणे अवघड आहे, हे खरे असले तरी नुसत्या श्रद्धेवरही जगणे शक्य नाही.

जगातल्या सगळ्या विचारवंतांचे हेच सांगणे आहे. श्रद्धा हेच दैवत मानून जीवनात वाटचाल करता येणार नाही. प्रयत्नवादाची कवाडे बंद करणारी कोणतीही श्रद्धा माणसाला उत्कर्षाच्या वाटेने घेऊन जाऊ शकणार नाही. श्रद्धेमुळे माणसाची तौलनिक विचारशक्ती कुंठित होता कामा नये. माणसांना जसे भावभावनांचे व्यवस्थापन करता येते, तसे आपल्या श्रद्धाभावाचेही व्यवस्थापन करता आले पाहिजे. श्रद्धेमुळे दिलासा मिळत असला तरी तिच्या आधारे इतरांवर भरवसा टाकून वाटचाल करणेही योग्य नाही.

गोंदवलेकर महाराजांची पत्नी, मुले कालवश झाली. अनेकांचा मृत्यू त्यांच्या देखत घडला. त्यांना एका भक्ताने विचारले, 'महाराज, हे सारे घडत असताना तुमच्या रामाने काय केले?' त्यावर महाराजांनी दिलेले उत्तर महत्त्वाचे आहे. ते म्हणाले, 'संसार हा असाच आहे. तो पुरता खोटा नाही आणि सर्वस्वी खरा नाही. सृष्टिचक्र हे फिरतच राहणार. अजरामर सिद्धान्त शोधून काढणारा शास्त्रज्ञ स्वतः अमर होत नाही. घटनांची स्वाभाविकता ही ईश्वरतत्त्वांशी विसंगत असत नाही.'

विचारांची वारी विवेकाच्या वाटेवरून चालत राहिली तरी श्रद्धेचे मोल कमी होत नाही, हे ज्याला समजते त्याच्याच जीवनमंदिरात आनंदाचा आणि समाधानाचा अखंड घंटानाद होत राहतो. अशांसाठीच श्रद्धा ही प्रेरकशक्ती ठरते.

अनुभव

शब्दांपेक्षाही नि:शब्द जाणिवेचे महत्त्व अधिक आहे. शब्द कानातून मनापर्यंत पोचतात. आंतरिक संवेदना अंतरात्म्यापर्यंत जाऊन पोचतात. त्यातून आनंदाचा, समाधानाचा जो अनुभव मिळतो तो सर्वश्रेष्ठ असतो. प्रत्येकाने आपल्या वाट्याला येणारे अनुभव आणि त्यातून मिळणाऱ्या समाधानाची प्रत तपासून पाहिली पाहिजे. अनेकदा जे दुय्यम दर्जाचे असते तेच सर्वश्रेष्ठ वाटू लागते. सर्वोत्तम अनुभवाविषयीचे अज्ञान हेच त्याचे कारण असते. जीवनाची गुणवत्ता वाढवण्यासाठी अनुभवाच्या इयत्ताही चढत्या क्रमाने पार करणे गरजेचे असते. हे ज्यांना जमते त्यांना शांततेच्या, आनंदाच्या आणि समाधानाच्या शोधार्थ वणवण करीत भटकावे लागत नाही.

घरात एखादे निसर्गचित्र लावून निसर्गाच्या सान्निध्यात येणाऱ्या प्रसन्नतेचा अनुभव घेता येतो का? चित्रांमधील फुले पाहून त्यांच्या सुगंधाचा आस्वाद घेता येईल का? दिव्याचे चित्र लावून घरातला अंधार नाहीसा करता येईल का? खिडक्या-दारे बंद करून पावसावरची गाणी ऐकत पावसात भिजण्याचा अनुभव घेता येणे शक्य आहे का? पदार्थांची छायाचित्रे पाहून जिभेची तृष्णा आणि चोचले पुरविता येतील का?

...या साऱ्या प्रश्नांची उत्तरे नकारार्थी येतील कारण इथे कुठेही रसरशीत जिवंत अनुभव नाही. जाणिवा समृद्ध करणारी अनुभूती नाही.

नाना धर्मांचे गूढ तत्त्वज्ञान आपल्या भारतीय संस्कृतीत सामावलेले आहे. या संस्कृतीत अनुभवजन्य ज्ञानाला आत्यंतिक महत्त्व दिले आहे. केवळ शब्दज्ञान किंवा पुस्तकी ज्ञान जीवनाचा सर्वांगाने परिचय करून घेण्यासाठी उपयुक्त ठरत नाही. त्यासाठी अनुभव्य ज्ञानाची आवश्यकता असते. कपोलकल्पित कथा, ऐकिव दंतकथा, अनुभवरहित बोल आणि अनुभवशून्य कथनाचा जगातल्या बहुतेक सर्व विचारवंतांनी आणि संतांनी धिक्कार केला आहे. संतांच्या मुखातून बाहेर पडलेल्या सहज उद्‌गारांना अभंगांचे महत्त्व प्राप्त झाले कारण त्या तत्त्वज्ञानाला अनुभूतीचा स्पर्श होता. संतश्रेष्ठ तुकाराम महाराज सांगतात,

'नका दंतकथा येथे सांगो कोणी। कोरडे ते मानी बोल कोण।
अनुभव येथे व्हावा शिष्टाचार। न चलती चार आम्हापुढे।।'

अनुभव हाच शिष्टाचाराचा दंडक व्हावा, असा आग्रह ते धरतात. समर्थ रामदास आपल्या परखडशैलीत बजावतात.

'प्रत्ययाचे ज्ञान। तेचि ते प्रमाण। येर अप्रमाण। सर्व काही।।'

ही संतांची भूमिका एखाद्या वैज्ञानिकाइतकी स्वच्छ आणि स्पष्ट आहे. कारण विज्ञानाच्या आणि संशोधनाच्या क्षेत्रात प्रयोगाला आणि प्रयोगातून हाती येणाऱ्या अनुभवाला, अनुमानाला विशेष महत्त्व आहे.

जीवनातल्या प्रत्येक अनुभवाची हा चांगला, हा वाईट अशी मीमांसा माणूस करीत असतो; पण जीवनातल्या सर्व अनुभवांसाठी स्वागतशील

असणाऱ्या माणसांचेच जीवन अधिक समृद्ध आणि सुखी होत असते. जीवनात येणारे अनुभव माणसाला गुरूप्रमाणे मार्गदर्शन करीत असतात. भूतकाळातील अनुभवांची शिदोरी पाठीशी असेल, तर वर्तमानात वागताना आणि भविष्याचे वेध घेताना ही शिदोरी उपयुक्त ठरते. अनुभवाच्या तडाख्यातून तावून सुलाखून निघालेली माणसे आत्मविश्वासाने पावले टाकीत राहतात. त्यांचे आडाखे सहसा चुकत नाहीत अशा अनुभवसंपन्न माणसांची यश पाठराखण करीत असते. जीवनातले काही अनुभव मात्र 'अक्कलखाती' जमा करावे लागतात. शहाणपण विकत घेण्यासाठी काही किंमत मोजून अशा अनुभवांची जीवनाच्या पासबुकात नोंद करणे ही त्या वेळेची गरज असते. अनुभूतीरहित जीवन ही कल्पनाही कुणाला सहन होणार नाही. येणारा प्रत्येक क्षण नवा अनुभव घेऊन येत असतो म्हणूनच जगण्यात नावीन्य आहे, गंमत आहे, त्यामुळेच जीवनाचे प्रवाहीपण टिकून आहे.

राणी एलिझाबेथच्या दरबारात 'लॉर्ड कीपर ऑफ द ग्रेट सील' ही मानाची जागा भूषविणारा फ्रान्सिस बेकन महान तत्त्ववेत्ता होता. प्लेटो, ॲरिस्टॉरल या तत्त्ववेत्त्यांची भूमिका बेकनला अमान्य होती. प्रत्यक्ष अनुभवाकडे पाठ फिरवून केवळ कल्पनांचे मजले आणि त्याचे इमले उभे करणे ही जीवनपराङ्मुखता आहे असे त्यांचे ठाम मत होते. बेकन म्हणत, "काही जण कोळ्याप्रमाणे आपल्याच मनातून निरर्थक विचारांचे तंतू निर्माण करतात. काही जण कण गोळा करणाऱ्या मुंगीप्रमाणे नुसती वारुळे तयार करतात. कोळी आणि मुंगी या नगण्य जीवांपेक्षा मधमाशी चांगली. ती अनेक फुलांतील मध थेंबाथेंबाने गोळा करते. मधमाश्यांचे पोळे ही एक रचना असते. तो एक आकृतिबंध असतो. माणसाचे जीवनदर्शन ही अशीच एक मधुर आणि अर्थपूर्ण रचना असावी. अनुभव, निरीक्षण, प्रयोग आणि प्रचिती या मार्गाने त्याची पावले पडत राहिली, तर मानवी जीवन अधिक संपन्न होईल." अनुभव हेच माणसाला दीपस्तंभाप्रमाणे मार्गदर्शक ठरतात हेच बेकनचे सांगणे होते.

हजारो पुस्तके वाचून मिळणाऱ्या ज्ञानापेक्षा एक जिवंत अनुभव खूप काही शिकवून जातो. शाळेत पुस्तके शिकवली जातात; पण जीवन नावाचे पुस्तक शिकवले जात नाही, त्यामुळे शिकूनही मुले अपूर्णच राहतात. बेकार नावाचे बिरुद पदवीबरोबरच त्यांना बहाल केले जाते. कारण अनुभवावर आधारित शिक्षण त्यांना मिळालेलेच नसते. ऋषितुल्य तत्त्वचिंतक प्राचार्य

शिवाजीराव भोसले म्हणत, ‘‘चिमणीची पिलं चाळीस दिवसांत आकाशात भराऱ्या घेतात आणि माणसे चाळीस वर्षांची झाली तरी उत्कर्ष करू शकत नाहीत कारण चिमणीच्या पिलांना पंख आतून फुटलेले असतात आणि माणसांना पदव्या बाहेरून लावलेल्या असतात म्हणून आतून ज्ञानाचे पंख निर्माण करणारे आणि पंखात बळ देणारे अनुभवजन्य शिक्षण विद्यार्थ्यांना दिले गेले पाहिजे. विद्यापीठातर्फे मुलांना नुसत्या पदव्या दिल्या जातात; पण जीवनात धडका घेण्याचे आणि खडकावरती बीजारोपण करण्याचे सामर्थ्य मात्र शिकविले जात नाही. हे सारे चित्र बदलण्यासाठी शिक्षणाला अनुभवाची जोड देण्याचे महत्त्व संतांसहित जगातल्या सर्व विचारवंतांनी विशद केले आहे; पण आज त्याकडे गांभीर्याने पाहिले जात नाही.’’

व्यक्तीच्या लौकिक, बाह्यजीवनात येणारे अनुभव त्याला समृद्ध करीत असले तरी त्याच्या आंतरिक जीवनातले अलौकिक अनुभव त्याला परिपक्व आणि परिपूर्ण बनवीत असतात. जीवनाचा खरा अर्थ त्याला समजावून सांगत असतात. हे अनुभव ज्याचे त्याने घ्यायचे असतात. कोणतीही साधना करीत असताना. प्रत्येकाला येणारा अनुभव वेगळा असतो. मोक्षप्राप्तीसाठी साधना करणाऱ्या योग्याचा अनुभव नृत्याची साधना करणाऱ्या नर्तकीचा अनुभव, अमूर्ताला मूर्त रूप देणाऱ्या शिल्पकाराचा अनुभव, स्वरांची आणि सुरांची साधना करणाऱ्या गायकांचा अनुभव, लेखनसमाधी अनुभवणाऱ्या लेखकाचा अनुभव, साहित्यकृतीशी एकरूप झालेल्या वाचकाचा अनुभव, एकाग्रतेने खेळणाऱ्या खेळाडूचा अनुभव, सर्व अंगभूत कौशल्यांसह रुग्णांवर जटिल शस्त्रक्रिया करणाऱ्या डॉक्टरांचा अनुभव वेगवेगळा असतो. हे सारे करीत असताना मिळालेल्या आनंदाची, समाधानाची अनुभूती वेगळी असते. तिची गुणवत्ता, पातळी आणि स्तरही वेगळा असतो.

केरूनाना छत्रे हे गणिताचे अभ्यासक आणि ज्ञानाचे उपासक होते. एक अवघड शस्त्रक्रिया करून घेताना ते डॉक्टरांना म्हणाले, ‘‘मला भूल देऊ नका. एखादे अवघड गणित सांगा. ते सुटेपर्यंत मी या देहात नसेन तोपर्यंत शस्त्रक्रिया उरकून घ्या. गणित सोडविताना मी माझा नसतो. एखाद्या साधकाला जसे अनुभव येत असतील तसेच मलाही येतात. अवघड गणित सुटल्यानंतर मला मिळणारे समाधान हे एक परमोच्च आनंदाचे आणि शांततेचे शिखर असते.’’ गणिते सोडवितानादेखील उत्कट अनुभव घेता येतो हे प्रा. छत्रेंचे उदाहरण बोलके आहे.

'आहे त्या स्तरावरून जीवात्म्यास उच्च स्तरावर नेणे म्हणजे साधना,' असे मानणाऱ्या योगी अरविंदांनी मानवी मन हे संपूर्ण ज्ञानप्राप्तीचे साधन नाही हे बजावले. मनामुळे केवळ अंशात्मक ज्ञान होऊ शकते. परमोच्च समाधानाची, शांततेची आणि आनंदाची अनुभूती घेण्यासाठी माणसांनी बहिर्मुखता टाळून अंतर्मुख झाले पाहिजे आणि मानसाच्या पुढे जाऊन अतिमानसापर्यंत पोचले पाहिजे. असा त्यांचा आग्रह होता. ते म्हणत "It is impossible for a man to understand ultimate secret of creation unless one enters supermind." आत्मतत्त्वाचे पंचकोश त्यांनी सांगितले

१. Material body (जड शरीर)
२. Life (जीवन-चैतन्य)
३. Mind-intellect (मन-बुद्धी)
४. Super mind (अतिमानस)
५. Anand (आनंद)

सामान्य माणसांची दुसऱ्या, तिसऱ्याच पायरीपर्यंत वाटचाल होते. चौथ्या आणि पाचव्या पायऱ्या ओलांडून मिळणारा शाश्वत आनंद त्यामुळे त्यांच्या वाट्याला येत नाही. लौकिक जीवनातल्या साध्या साध्या गोष्टींतून, वस्तूंमधून मिळणाऱ्या आनंदात रममाण होणाऱ्यांना या चिदानंदाची ओढ वाटली पाहिजे, असे त्यांचे सांगणे होते.

शब्दांपेक्षाही नि:शब्द जाणिवेचे महत्त्व अधिक आहे. शब्द कानातून मनापर्यंत पोचतात. आंतरिक संवेदना अंतरात्म्यापर्यंत जाऊन पोचतात. त्यातून आनंदाचा, समाधानाचा जो अनुभव मिळतो तो सर्वश्रेष्ठ असतो. प्रत्येकाने आपल्या वाट्याला येणारे अनुभव आणि त्यातून मिळणाऱ्या समाधानाची प्रत तपासून पाहिली पाहिजे. अनेकदा जे दुय्यम दर्जाचे असते तेच सर्वश्रेष्ठ वाटू लागते. सर्वोत्तम अनुभवाविषयीचे अज्ञान हेच त्याचे कारण असते. जीवनाची गुणवत्ता वाढवण्यासाठी अनुभवाच्या इयत्ताही चढत्या क्रमाने पार करणे गरजेचे असते. हे ज्यांना जमते त्यांना शांततेच्या, आनंदाच्या आणि समाधानाच्या शोधार्थ वणवण करीत भटकावे लागत नाही.

आशावाद

आपण जे बोलत असतो त्याची स्पंदने आपल्या अंतर्मनात उमटत असतात. त्यानुसार आपली बुद्धी आणि कर्मेन्द्रिये काम करीत असतात, त्यामुळे पूर्वीच्या काळातली अक्षर ओळख नसणारी एखादी आजी बजावत असे 'घरात सतत नकारघंटा वाजवू नका. नन्नाचा पाढा वाचू नका. वास्तू तथास्तु म्हणत असते.' यातला भाबडा आशय सोडून दिला, तरी ती आजी आशावादाचे एक झाड मुलांच्या मनात लावत होती हे नक्की!

दैनंदिन जीवनात आपल्याशी संबंधित अनेक गोष्टी घडत असतात. प्रत्येक वेळी आपल्याला हवे तेच आणि पाहिजे तसेच घडेल याची शाश्वती देता येत नाही. अनेकदा अंदाज आणि आडाखे चुकतात माणसे निराश आणि हतबल होतात. 'आमच्या बाबतीत हे नेहमी असंच घडतं,' असे उद्विग्न होऊन म्हणत राहतात. काही माणसे इतकी संवेदनशील आणि भावुक असतात की, ती आत्महत्येचाच मार्ग स्वीकारतात. आपण आपली दु:खे खूप सजवतो म्हणून असे घडते. इतरांच्या दु:खांशी तुलना केल्यानंतर आपली दु:खे किती छोटी आहेत आणि त्यातून निर्माण झालेले नैराश्य किती अर्थशून्य आहे याची जाणीव होते.

वि. स. खांडेकर म्हणत, "जीवन एक यज्ञ आहे, सागर आहे, संग्राम आहे. ज्वालांशिवाय यज्ञ असू शकत नाही. लाटांशिवाय सागर असू शकत नाही आणि जखमांशिवाय संग्राम असू शकत नाही. हे ज्याला समजते आणि हे सत्य स्वीकारून ज्याची वाटचाल सुरू असते, त्यालाच जीवनाचा खरा अर्थ समजतो."

जीवनाचा प्याला संपूर्ण भरला आहे की, अर्धाच भरलेला आहे याची चिंता करीत बसण्यापेक्षा त्या प्याल्यातला प्रत्येक थेंब आनंदाने शोषून घेण्याची ज्याची मानसिकता असते, त्याचेच जीवन आनंदी आणि समाधानी होते.

सतत नकारघंटा वाजविणारी मंडळी एखाद्या गोष्टीकडे सकारात्मकतेने आणि आशावादी भूमिकेतून पाहायला तयारच नसतात. त्यांच्या बोलण्यात काही विधाने सातत्याने येत असतात. उदा.

१. हे मला जमणारच नाही
२. हे केवळ अशक्य आहे.
३. हे मी अनेकदा करून पाहिले पण...
४. हे मला जमले नाही, तुला तरी कसे जमेल?

जी माणसे आशावादी असतात. त्यांच्या बोलण्यात वरील विधाने पुढील पद्धतीने येत असतात.

१. त्याचा मी प्रयत्न करेन
२. हे मला जमेलही
३. हे मी करून पाहिले, अजून चांगल्या पद्धतीने करून बघेन
४. हे मला जमले नाही म्हणून काय झाले, तुला जरूर जमू शकेल.

आपण जे बोलत असतो त्याची स्पंदने आपल्या अंतर्मनात उमटत असतात. त्यानुसार आपली बुद्धी आणि कर्मेन्द्रिये काम करीत असतात, त्यामुळे पूर्वीच्या काळातली अक्षर ओळख नसणारी एखादी आजी बजावत असे 'घरात सतत नकारघंटा वाजवू नका. नन्नाचा पाढा वाचू नका. वास्तू तथास्तु म्हणत असते.' यातला भाबडा आशय सोडून दिला, तरी ती आजी आशावादाचे एक झाड मुलांच्या मनात लावत होती हे नक्की!

आपण जसा विचार करतो त्यानुसार कृती घडत असते आणि आपल्या आयुष्याचे चित्र त्याप्रमाणे रेखाटले जात असते. म्हणून स्वामी विवेकानंद म्हणत 'What we think we become. If you have to think, think good thoughts, great thoughts. Our thoughts make things beautiful, our thoughts make things ugly. What ever we shall be in future will be result of what we think and do now.'

परदेशात एक डॉक्टर रुग्णाची शस्त्रक्रिया करीत होते. ती अवघड शस्त्रक्रिया शेवटच्या टप्प्यात आली होती. सहकारी डॉक्टर्स त्यांना मदत करीत होते. डॉक्टर शेजारीच असणाऱ्या विश्रांतीच्या खोलीत काही क्षण आले. त्यांनी आपला मोबाईल सुरू केला. त्यांना एसएमएस आला होता. 'आपल्या एकुलत्या एका मुलाचे अपघाती दुःखद निधन झाले.' डॉक्टरांसाठी हा धक्काच होता. त्यांनी मोबाईल बंद केला. आत जाऊन शस्त्रक्रियेचा शेवटचा भाग पार पाडला. ऑपरेशन थिएटरमधून बाहेर आल्यानंतर त्यांनी आपल्या भावनेला वाट मोकळी करून दिली. काही दिवसांनी सहकारी मित्रांनी त्यांना विचारले, "स्वतःच्या मुलाच्या आकस्मिक दुःखद निधनाची वार्ता समजूनही आपण शांतपणाने कशी काय शस्त्रक्रिया पार पाडू शकलात." त्यावर डॉक्टर म्हणाले, "क्षणभर मीही विचलित झालो होतो; पण विचार केला जो गेला तो गेला ज्याला वाचवणे शक्य आहे त्याच्यासाठी शर्थीचे प्रयत्न केले पाहिजेत." डॉक्टरांच्या आशावादीवृत्तीमुळे दुःखाचा डोंगर कोसळला असतानाही त्यांना वाट मिळाली.

१ ऑक्टोबर १९१९ रोजी तेव्हाच्या दक्षिण साताऱ्यातील शेटफळ नावाच्या छोट्याशा गावातील काशिनाथपंत कुलकर्णींच्या वाड्यातली लहानथोर माणसे चिंतातूर होती. त्या घरात बाळ जन्माला येणार होते. बाळंतिणीच्या अंधाऱ्या खोलीकडे सगळ्यांच्या नजरा होत्या. बाळंतिणीच्या खोलीचा बंद दरवाजा उघडला गेला आणि म्हातारी बायजा सुईण तोंडाला पदर लावत खिन्न चेहऱ्याने बाहेर आली. हे पाहून सगळी माणसे हवालदिल झाली. ''काय झाले बायजा?'' सर्वांनी विचारले. बायजा रडक्या स्वरात म्हणाली, ''देवानं दिलं आणि कर्मानं नेलं. चांगला मुलगा होता; पण कसलीही हालचाल नाही. रडणे नाही,'' हे ऐकून संपूर्ण वाड्यावर शोककळा पसरली. परसदारी खड्डा खणून त्यात त्या मांसाच्या गोळ्याला निजवून टाकण्याची तयारी सुरू झाली. ईश्वरी इच्छेपुढे कोणाचे काय चालणार, असा विचार मंडळी करीत होती. त्या चिमुकल्या जिवाच्या निर्वाणाची सर्व तयारी झाली. परसदारी खड्डा खणला गेला; पण त्या बायजा सुईणीला काय वाटले कोणास ठाऊक? या बाळाला खड्ड्यात निजवायचेच आहे कारण ते गतप्राण आहे; पण एक प्रयत्न करून बघायला काय हरकत आहे, असा विचार करून तिने चुलीतला एक फुललेला निखारा एका चिमट्यात पकडून आणला आणि बाळाच्या नाभीजवळ नेला. चमत्कार घडला. बाळ रडले. घरात आनंदीआनंद झाला. ते बाळ म्हणजे मोठेपणी महाराष्ट्रवाल्मीकी हे बिरुद अभिमानाने मिरविणारे गीतरामायणकार गजानन दिगंबर माडगूळकर तथा गदिमा! त्या अशिक्षित बायजा सुईणीने सकारात्मक आणि आशावादी वृत्तीने ही कृती केली नसती, तर हा महाकवी महाराष्ट्राच्या वाट्याला आला असता का? तेच गदिमा सांगतात,

'एक धागा सुखाचा, शंभर धागे दुःखाचे
जरतारी हे वस्त्र माणसा, तुझिया आयुष्याचे'

शंभर दुःखाचे धागे असूनही जीवनाचे वस्त्र जरतारी आहे हा आशावाद समजून घेतला पाहिजे.

पुण्यात (कै.) पु. ग. वैद्य यांनी 'नापासांची शाळा' सुरू केली. अनेक संस्था चालकांना आपल्या शाळेचा परिसर हुशार मुलांनी गजबजून जावा असे वाटते. त्या पार्श्वभूमीवर हे मोठे धाडसच होते. या शाळेची निंदा करणारी काही मंडळी या शाळेला 'ड्रेनेज ऑफ पुणे सिटी' म्हणत.

वैद्य सरांना त्याची फिकीर नव्हती. एकाने त्यांना विचारले, "ही सगळी नापास मुले घेऊन तुम्ही काय करणार आहात?" त्यावर वैद्य सरांचे उत्तर होते. "सोन्याला कोणीही चकाकी आणून दाखवू शकतो मला कोणताही धातू द्या. मी त्याचे सोने करून दाखवितो," असे आशावादी शिक्षक असले, तर विद्यार्थ्यांमध्ये कधीच नैराश्य येणार नाही.

जीवनातल्या अनेक प्रसंगांना कर्तव्यकठोर होऊन सामोरे जाणे गरजेचे असते. संतश्रेष्ठ तुकाराम महाराज म्हणतात,

"मढे झाकुनिया करिती पेरणी। कुणबियाची वाणी लवलाहे॥१॥
तयापरी करा स्वहित आपुले। जयासी फावले नरदेह॥२॥"

पाऊस पडल्यानंतर वाफसा होतो आणि त्याच काळात पेरणीसाठी पाभर धरावी लागते. अशा काळात जर शेतकऱ्याच्या घरात मयत झाली तर काय करायचे? महाराज सांगतात, "मढे झाकून ठेवून आधी पेरणी करा. मढ्यावरती नंतर अंत्यसंस्कार करता येतील; पण पेरणीची वेळ निघून गेली, तर तुमच्यावरच मरणाची वेळ येईल." ज्यांना अशी कर्तव्यकठोरता जमते, त्यांचेच जीवन तावूनसुलाखून निघते. अधिक परिपक्व होते.

'सुख पाहता जवापडे। दुःख पर्वताएवढे॥'

असे सांगणाऱ्या तुकोबारायांनी आपल्या जीवनात दुर्दैवाचे दशावतार अनुभवले तरीही 'पिटू भक्तीचा डांगोरा। कळी काळासी दरारा।' असे म्हणत त्या संकटावर ते स्वार झाले. आयुष्यभर उपहास, उपेक्षा, उपमर्द वाट्याला येऊनही संत ज्ञानदेवांनी खळांची व्यंकटी सांडण्यासाठी आणि दुरितांचे तिमिर जाण्यासाठी सकारात्मक भावनेने 'जो जे वांछिल। तो ते लाहो।' अशी प्रार्थना करीत पसायदान मागितले. निराशेतून आशेचा किरण शोधत, नकारात्मकतेला सकारात्मकतेत रूपांतरित करत या संतांनी आणि थोर माणसांनी आपले जीवनमंदिर अधिक देखणे केले म्हणूनच त्यांच्या जीवनमंदिराच्या कळसाचे दर्शनही आपल्याला प्रेरणा देते.

(कै.) वसंतराव कानेटकरांच्या 'फक्त एकच कारण' या नाटकातला तो तरुण विचारतो, "मला असे एक तरी कारण सांगा मी या देशात का राहायचे? सत्तेशिवाय पत, पैशाशिवाय मान आणि शिफारसीखेरीज नोकरी मिळणारच नसेल, तर काय करायचे?" त्या मुलाचा प्रश्न चिंतन करायला लावणारा असला तरी निराश करणारा मुळीच नाही.

थोर माणसांच्या जीवनचरित्राकडे पाहत सर्वांनी स्वत:ला बजावायला हवे. इतके निराश होण्याचे कारण नाही. इथे काटे आहेत तसे गुलाबही आहेत. कपाळावरच्या आठ्या आहेत, तशा गालावरच्या खळ्याही आहेत. नुसत्या अंधाराच्याच पारंब्या नाहीत त्यातून येणारे प्रकाशाचे कवडसेही आहेत म्हणूनच सतत मांगल्याचा, पावित्र्याचा, आशावादाचा जयघोष करायला हवा, त्यामुळे जीवन सुंदर तर होईलच; पण जगायचे कसे आणि कशासाठी हेही उमजेल.

एकांत

एकांत म्हणजे एकटेपणा नव्हे. एकटेपणात कोणीच आपल्या बरोबर नाही, याची खंत मनाला सतावत असते. तसे एकांताचे नसते. माझ्याबरोबर मी आणि माझ्या सर्व अंत:प्रेरणा आहेत, याची जाणीव माणसाला एकांतात आत्मविश्वास देत असते. Be yourself, transform yourself and transcend yourself' असा संदेश देणारे महायोगी अरविंद म्हणत, 'Remain uiet, open yourself and call for divine' स्वत:पर्यंतच्या आत पोचण्यासाठी एकांताच्या रूपाने वाट्याला येणारी शांतताही तेवढीच आवश्यक असते.

या जगात जी माणसे कर्तृत्वाने मोठी झाली, त्यांच्या जीवनाची एकांत आणि लोकांत अशी दोन महत्त्वाची रूपे होती. एकांतात रमल्यामुळे त्यांना जवळून समाजदर्शन घडले आणि त्यांच्या जाणिवा समृद्ध झाल्या. त्यातून त्यांना आपल्या कार्याची एक निश्चित दिशा मिळाली. या मोठ्या माणसांना केवळ समाजदर्शन पुरेसे वाटत नव्हते. त्यांना आत्मदर्शनाचीही तेवढीच ओढ लागलेली होती. दुसऱ्याशी बोलणे सोपे असते; पण स्वत:शी बोलणे आणि स्वत:ला समजून घेणे खरोखरच अवघड असते. 'जाणावे आपणाशी आपण।' या समर्थ वचनाला अनुसरून आत्मशोधासाठी एकांताला जवळ करणारी खूप मोठी माणसे या जगात होऊन गेली.

एकांत म्हणजे एकटेपणा नव्हे. एकटेपणात कोणीच आपल्या बरोबर नाही, याची खंत मनाला सतावत असते. तसे एकांताचे नसते. माझ्याबरोबर मी आणि माझ्या सर्व अंत:प्रेरणा आहेत, याची जाणीव माणसाला एकांतात आत्मविश्वास देत असते.

'Be yourself, transform yourself and transcend yourself' असा संदेश देणारे महायोगी अरविंद म्हणत, 'Remain quiet, open yourself and call for divine' स्वत:पर्यंतच्या आत पोचण्यासाठी एकांताच्या रूपाने वाट्याला येणारी शांतताही तेवढीच आवश्यक असते.

आपल्या आयुष्यात सगळीच दानं आपल्या मनाप्रमाणेच पडतील असं नाही. सुख-दु:खाच्या लाटालहरी उसळतच असतात. त्याचे अनेकविध भावतरंग आपल्या मन:पटलावर उमटत असतात. आपल्या दैनंदिन जीवन व्यवहारात, आचार, उच्चार आणि विचारात अनेक प्रमाद आपल्याकडून घडत असतात; पण आपले काही चुकते आहे, हे मानायला माणूस तयार नसतो. आपल्या हातून घडलेल्या अशा प्रमादांचे चिंतन एकांतात करता येते. आपल्या आयुष्याचा हिशेब मांडण्यासाठी कोणतेही सूत्र उपयोगी पडत नाही. आपणच आपल्या आयुष्यातली गणिते सोडविण्यासाठी जीवनात सुसूत्रता कशी आणता येईल, याची रूपरेषा तयार करायची असते. त्यासाठी एकांत हे नितांत सुंदर असे विचारपर्यटन स्थळ आहे.

भगवान बुद्ध म्हणत, ''शब्द उच्चारण्यापूर्वी आपण त्यांचे स्वामी असतो. उच्चारलेले शब्द आपले स्वामी होतात.'' याची प्रचिती आपल्या दैनंदिन जीवनात आपल्याला वारंवार येते.

महाराष्ट्रातील ज्येष्ठ विचारवंत आणि ख्यातनाम वक्ते प्राचार्य शिवाजीराव भोसले व्याख्यानानंतर शब्दमुक्ती आणि एकांत अनुभवत. व्याख्यानापूर्वीही ते फारसे कुणाला भेटत नसत. फारसे बोलत नसत. ते म्हणत, ''ज्ञान संपादनाच्या वाचन, मनन, लेखन आणि चिंतन या चार महत्त्वाच्या पायऱ्या असल्या तरी यातली एकेक पायरी एकांताला सोबत घेऊन आपण चढत राहिलो तर माणसाचा उत्कर्ष झपाट्याने होईल. एकांत हीच माझ्या वक्तृत्वाची उत्थानभूमी आहे.'' एकांत आणि एकाग्रता ही मूल्ये आहेत.

'जयासि एकांत मानवला।
सर्वांआधी कळे त्याला।।'

असे समर्थ रामदास सांगतात.

'काळ सारावा चिंतने।
एकांतवासी गंगास्नाने।।'

अशी जगद्गुरू तुकोबारायांची भूमिका होती. या जगात महापुरुषांना घडलेली स्फुरणे ज्यांना आपण 'दर्शन' म्हणतो. ती एकांताच्याच साक्षीने घडली, त्यामुळेच ते दार्शनिक या पदापर्यंत जाऊन पोहोचले. महात्मा गांधी आठवड्यातून एक दिवस मौन पाळत आणि एकांताच्या आश्रयाला राहत. अनेक ऋषिमुनींच्या जीवनाचा एकांत हा अविभाज्य भाग असतो. 'विपश्यना' या बुद्धप्रणीत साधनतंत्रात अनेक दिवस मौन पाळावे लागते. मौनामुळे बोलणे अर्थपूर्ण होते. एकांतामुळे व्यक्तिमत्त्व अधिक प्रगल्भ आणि विचारी होते.

माणसांना कधी वातावरणापासून तर कधी माणसांपासून एकांत हवा असतो. तो मिळू देणे ही सामाजिक जबाबदारी आहे; पण याचे भान अनेकांना नसते. अन्यथा, भल्या पहाटे आणि मध्यरात्री फोन करण्याचे प्रकार घडले नसते. एखाद्या माणसाने एकांताला जवळ केले की, अनेकांना प्रेमाचे पाझर फुटतात. 'एकटेच का बसलात? काही यसमस्या आहेत का? या ना

चारचौघात!' असे उद्‌गार ऐकायला मिळतात. वास्तविक पाहता लोकांचा असा दृष्टिकोन म्हणजे दुसऱ्याचे एकांताचे सुख हिरावून घेण्यासारखे आहे. शेवटी ज्याचे त्याचे प्रश्न ज्याचे त्याला सोडवायचे असतात. अनुत्तरित प्रश्नांची उत्तरे कधी कधी एकांतात मिळू शकतात; पण त्यासाठी एकांत वाट्याला येणे जरुरीचे आहे. एखाद्या अपयशाने अथवा प्रसंगाने एखाद्या व्यक्तीचे मानसिक संतुलन बिघडले असेल, तर त्याच्या एकांताचा भंग करणे हे सामाजिक कार्य ठरू शकेल; पण साधकांच्या, सर्जनशील व्यक्तींच्या आणि विचारवंतांच्या वाट्याला आलेल्या एकांताचा भंग होणार नाही, याचे भान समाजाने ठेवणे आवश्यक आहे.

दिवसभर घरासाठी झटणारी पत्नी किंवा आई, अंगण फुलवून टाकणारी मुले, ज्ञानदान करणारे शिक्षक, सतत श्रवणभक्ती करणारे विद्यार्थी, सूर आणि स्वरांच्या जगात रमणारा गायक. शब्दांचा वर्षाव करणारा वक्ता या सर्वांच्या वाट्याला एकांत काही क्षण का होईना येणे आवश्यक आहे.

आज एकूणच जीवनाचे जे शहरीकरण झाले आहे, त्यामुळे एकांताचे सुख मिळणे अवघड होऊन बसले आहे. भल्या पहाटे उठून सिटीबस, लोकलच्या वेळा पाळत तर कधी स्वत:च्या वाहनातून तरी वेळेवर पोहोचू की नाही याची चिंता करीत माणसे उद्योगाला जात असतात. या धांदलीतही मनात विचारांची चक्रे सुरू असतात. प्रचंड गर्दी, गर्दी इतकाच धूर आणि सतत येणारे चित्रविचित्र आवाज यामुळे एक प्रकारची अस्वस्थता जाणवत असते. सतत मोबाईल वाजत असतो. एसएमएस येत असतात. दिवसभराचा वेळ उद्योगाच्या ठिकाणी जातो. दमून भागून माणसे घरी येतात तेव्हा दूरचित्रवाणी नावाच्या दैत्याने घराचा ताबा घेतलेला असतो. माणसे विवश होतात. आहे ते पाहण्याखेरीज त्यांच्याकडे पर्याय नसतो. त्या गलक्यातच जेवण होते. दुसरे दिवशी लवकर जायचे असते, त्यामुळे निद्रिस्त होण्याखेरीज त्यांच्याकडे पर्याय उरत नाही. ही सर्व माणसे एकांताला भुकेलेली असतात; पण हे सुख इच्छा असूनही त्यांच्या वाट्याला येत नाही.

एकांत ही गोष्ट मागून मिळत नाही. प्रसंगी ती कौशल्याने मिळवावी लागते. घरातील व्यक्तींनी स्थानबदल करावा. घरात एखादा निवांत कोपरा असावा. जिथे पुस्तकांच्या सान्निध्यात एकांत अनुभवता यावा. वक्त्यांनी आणि लेखकांनी चहापानाचा कार्यक्रम आटोपता घेऊन मार्गस्थ व्हावे. तासभर शिकवणाऱ्या शिक्षकांना काही क्षणाच्या उसंतीनंतर विद्यार्थ्यांनी

शंकासमाधानासाठी भेटावे. विद्यार्थ्यांच्या दोन तासांत काही क्षणांचे अंतर असावे. पती-पत्नींचे भावविश्व एकमेकांशी कितीही एकरूप झालेले असले, तरी प्रत्येकाचे स्वतंत्र असे विश्व असते ते जपण्यासाठी उभयताच्या वाट्याला थोडासा एकांत लाभावा अशी योजना करावी. दैनंदिन जीवनाचा एक भाग म्हणून या गोष्टी सर्वांनी स्वीकारल्या तर सर्वांनाच काही क्षण एकांताशी मैत्री करता येईल. महात्म्यांना एकांत का प्रिय होता? याचे उत्तर मिळेल. आत्मशोध घेता येईल. 'अखंड एकांत सेवावा।' ही समर्थांची धारणा का होती, हेही समजेल.

ध्यान आणि एकांत यांचाही खूप जवळचा संबंध आहे. योगप्रकार आणि एकांत यांचेही असेच आहे. जिथे जिथे खोलवर जायचे आहे, सत्त्वयुक्त असे काही अनुभवायचे आहे. त्याचा एकांताशी जवळचा संबंध आहे. मानवी जीवनाची गूढता उकलण्यासाठी एकांताच्या गुहेत शिरणे आवश्यक आहे.

कोणी जे. कृष्णमूर्तींना संदेश मागितला तर ते म्हणत, "माझ्याकडे संदेश नाही. जे काही आहे ते तुमच्याच ठिकाणी आहे. मी फक्त अंगुली निर्देश केला. तुम्हीच जग आहात. तुमच्यात प्रथम परिवर्तन करा मग जग बदलेल."

प्रभावी ध्यानाविषयी बोलताना जे. कृष्णमूर्ती म्हणत, 'Please listen you are the world. Truth must be discovered anew from moment to moment. Do not approch the crisis of our times with formulas and systems. The choiceless awarness at every moment and in all the circumstances of life is the only effective meditation.' एकांताच्या सरोवरातच उत्कर्षाचे प्रतिबिंब दिसू शकते म्हणून एकांतसुखही अनुभवायला हवे.

हास्ययोग

हास्ययोग ही परमेश्वराने माणसाला दिलेली सर्वांत मोठी देणगी आहे. हा योग आचरण्यासाठी कोणतीही पात्रता किंवा योग्यता लागत नाही. गरीब-श्रीमंत, लहान-मोठा, निरक्षर-ज्ञानी यांच्यापैकी कोणीही हा योग अनुभवू शकतो. या योगप्रकाराला स्थल, कालाचेही बंधन नाही. विशिष्ट आसन स्थितीचा आग्रह किंवा नियम नाही. घरात, घराबाहेर, उभा राहून, बसल्या बसल्या आणि अगदी पडूनही हा योग वाट्याला येऊ शकतो. सर्व योगप्रकारात हास्ययोग सहजसाध्य आणि सुलभ असा आहे.

भारत ही योगभूमी आहे. व्यक्तीच्या ठायी असणारे आत्मतत्त्व आणि विश्वाच्या ठायी असणारे परमतत्त्व यांच्यात तादात्म्य आणि एकरूपता अनुभवणे म्हणजे योग अशी योगाची व्याख्या केली जाते. भारतात निरनिराळे योगप्रकार अभ्यासणारे आणि अनुभवणारे अनेक महायोगी होऊन गेले. आसन, प्राणायामच्या माध्यमातून शरीराची पूर्णावस्था प्राप्त करून अमरत्वाकडे नेणारा हटयोग चांगदेवांना प्रिय होता. यम, नियम, आसन, प्राणायाम, प्रत्याहार, ध्यान, धारणा आणि समाधी अशा पायऱ्यांनी विवेकाची दिवाळी साजरी केल्याचा आनंद देणारा राजयोग स्वामी विवेकानंदांनी आचरला होता. लोकमान्य टिळकांना कर्मयोग प्रिय होता त्यामुळेच गीतारहस्यासारखा अद्वितीय ग्रंथ त्यांच्या सिद्धहस्त लेखणीतून साकारला. अनेक संत महात्मे भक्तियोगाच्या मार्गाने गेले. काही दार्शनिकांनी ज्ञानयोगाच्या वाटेने जाणे पसंत केले. या साऱ्या योगप्रकाराचे अंतिम ध्येय एकच आहे ते म्हणजे स्वत:ला जाणून घेणे, स्वत:त बदल घडविणे आणि आहोत त्यापेक्षा अधिक उन्नत आणि परिपूर्ण अवस्थेला जाणे.

हे सारे योग प्रकार सामान्य माणसांना झेपतील आणि मानवतील असे नाहीत. कारण त्यासाठी अनेकदा सर्वसंगपरित्याग करावा लागतो. संसाराकडे पाठ फिरवावी लागते. व्रतस्थ जीवन जगावे लागते आणि हे सारे साध्य करण्यासाठी त्या व्यक्तीची म्हणून काही एक पात्रता असावी लागते. या साऱ्या गोष्टी सर्वसामान्य माणसांसाठी अवघड आहेत. अशक्य आहेत, त्यामुळे परमेश्वराच्या जवळ नेणारा, अतीव आनंदाची आणि समाधानाची अनुभूती देणारा एखादा नवा योगप्रकार सामान्य माणसांसाठी निर्माण करता येईल का, अशा विचारात असलेल्या परमेश्वराला सुचलेला योग म्हणजे हास्ययोग.

हास्ययोग ही परमेश्वराने माणसाला दिलेली सर्वांत मोठी देणगी आहे. हा योग आचरण्यासाठी कोणतीही पात्रता किंवा योग्यता लागत नाही. गरीब-श्रीमंत, लहान-मोठा, निरक्षर-ज्ञानी यांच्यापैकी कोणीही हा योग अनुभवू शकतो. या योगप्रकाराला स्थल, कालाचेही बंधन नाही. विशिष्ट आसन स्थितीचा आग्रह किंवा नियम नाही. घरात, घराबाहेर, उभा राहून,

बसल्या बसल्या आणि अगदी पडूनही हा योग वाट्याला येऊ शकतो. सर्व योगप्रकारात हास्ययोग सहजसाध्य आणि सुलभ असा आहे.

एखादी सुंदर कविता असते. त्या कवितेला सुरेख संगीताची साथ मिळाली की तिचे सुरेल गीतात रूपांतर होते. हास्य हेच जीवनाचे संगीत आहे. जीवन सुरेल करण्याची मोठी ताकद हास्यात आहे. आपण देवाला नैवेद्य दाखवतो तो पदार्थांचा; हास्य हा आत्म्याचा नैवेद्य आहे.

योगी अरविंदांना एकदा त्यांच्या एका शिष्याने विचारले, ‘‘परमार्थात विनोदाला आणि हास्याला किती स्थान आहे?’’ त्यावर अरविंद म्हणाले, ‘‘ज्याला विनोद करता येत नाही. खळखळून हसता येत नाही. अशा अप्रसन्न माणसावर परमेश्वर प्रसन्न होईल असे वाटत नाही.’’ भूक, निद्रा आणि मैथुन हे सर्व प्राण्यांच्या जीवनाचे अविभाज्य भाग आहेत; पण विचारशक्ती, विनोदबुद्धी आणि हास्य यांचे वरदान केवळ माणसांनाच लाभले आहे. कुत्री भुंकू शकतात. पक्षी किलबिलाट करतात. जनावरे हंबरतात; पण ती हसू शकत नाहीत. हास्ययोग वाट्याला आलेला माणूस हा अपवादभूत प्राणी आहे. संस्कृतमध्ये म्हटले आहे.

औषधेषु अपि सर्वेषु हास्यं श्रेष्ठं वदन्ति ह।
स्वाधीनं सुलभं चापि आरोग्यानन्दवर्धनम्।।

सर्व औषधांमध्ये हास्य श्रेष्ठ आहे कारण ते स्वाधीन आहे, सुलभ आहे, आरोग्य आणि आनंद वाढविणारे आहे. हे देवाने दिलेले औषध घ्यायचे सोडून नैराश्यग्रस्त होऊन डॉक्टरांच्या दवाखान्याबाहेर रांगा लावणे ही जीवनाची प्रतारणाच म्हणावी लागेल. हास्याचे आरोग्यासाठी होणारे फायदे वैद्यक क्षेत्रातील नामवंतांनी मान्य केले आहेत. आरोग्यजागर करणारे प्रख्यात धन्वंतरी डॉ. ह. वि. सरदेसाई यांच्या मते आपल्या चेहऱ्यावर प्रत्येकी एकोणीस याप्रमाणे दोन्ही बाजूस मिळून अडतीस स्नायू असतात. त्याद्वारे भावना प्रदर्शित होत असतात. या प्रसन्नतेचे मूळ मेंदूच्या लिंबीक सिस्टिम भागात असते. चांगल्या विनोदामुळे हसू येते. हसण्याच्या मागे मानसिक प्रक्रिया असते. यामध्ये चेहऱ्याचे, मानेचे, पाठीचे, खांद्याचे, छातीचे, पोटाचे स्नायू व आतील स्नायू भाग घेतात. खदाखदा हसण्यामुळे या स्नायूंचे आकुंचन, प्रसरण जलद होते. याकरिता आवश्यक असलेली ऊर्जा एटीपी या रेणूतून प्राणवायूच्या संयोगाने

मिळते. ती संपल्यास शर्करा आणि मेदाच्या फॅटी ॲसिडमधून रेणूच्या विघटनातून मिळते. हसण्यामुळे चयापचयात सुधारणा होते. मेंदूत निर्माण झालेल्या एन्डॉर्फिनमुळे मेंदू अधिक कार्यान्वित होतो. शरीरातील वेदना नष्ट होतात, त्यामुळे हसणे आवश्यक आहे. आज हास्योपचाराकडेही गांभीर्याने पाहिले जात आहे.

जीवनातल्या ताण-तणावांमुळे, संघर्षामुळे आज माणसे अकारण गंभीर होत चालली आहेत. आपण खळखळून हसलो, तर आपल्या प्रतिष्ठेला धक्का लागेल की काय असे अनेकांना वाटते, त्यामुळे गंभीर चेहऱ्यांनी सर्वत्र वावरणारी माणसे सभोवती मोठ्या संख्येने दिसतात. सुंदर दिसावे यासाठी माणसे ब्युटी पार्लरमध्ये जातात; पण सुंदरतेचा उगम हास्यात आहे. कुरूप माणसे खळखळून हसली तरी ती सुंदर दिसतात. इतका हास्य हा प्रभावी सौंदर्योपचार आहे.

विनोद आणि हास्य यांचा जवळचा संबंध आहे. विनोदातून हास्य निर्माण होते. माणसांची विनोदबुद्धी क्षीण होणे हे सांस्कृतिक दारिद्र्याचे लक्षण मानले जाते. घरात चारचौघात विनोद झाला, तर गंभीर चेहरा करून बसायचे आणि भल्या पहाटे कुठल्यातरी उद्यानात काही जणांनी एकत्र येऊन, कारण नसताना हात वर करीत हसत राहायचे आणि कृत्रिम हास्ययोग अनुभवायचा. हा विरोधाभास पाहिला की, जीवनातल्या स्वाभाविकतेपासून आपण किती दूर जात आहोत हे जाणवते.

जीवनातील विसंगती आणि विकृती यांच्याकडे दयाबुद्धीने पाहायला शिकविण्याची मोठी ताकद विनोदात आणि त्यातून निर्माण होणाऱ्या हास्यात आहे. संतांनीदेखील आपल्या साहित्यात विनोदाचा प्रभावीपणे वापर केला. हास्यरसाला योग्य ते स्थान दिले. लोकरंजनाशिवाय लोकशिक्षण आणि लोकप्रबोधन होणार नाही यावर संतांचीदेखील अढळ श्रद्धा होती. रंजन, प्रबोधन आणि संस्करण या सद्हेतूने एकनाथांनी लिहिलेल्या भारुडात 'हास्यरसाचा' प्रभावीपणे वापर त्यांनी केला. विनोद करणे आणि हासणे हे सभ्य लोकांचे काम नाही, असे काही अज्ञानी मंडळी 'टवाळा आवडे विनोद।' या समर्थ वचनाच्या दाखल्याचा आधार देत सांगत असतात; पण विनोदाची महती समर्थांना ज्ञात होती म्हणूनच

'पदे दोहडे श्लोक प्रबंध।
धाटी मुद्रा अनेक छंद।
बीरभाटीव विनोद।
प्रसंगे करावा।'

असे त्यांनी सांगितले. जीवनात हास्य विनोद असावा; पण जगण्याचे हसे होणार नाही याची काळजी घ्या, असेच समर्थांचे सांगणे होते.

उन्हाने त्रस्त झालेल्या माणसाने एखाद्या उद्यानात प्रवेश करावा आणि तिथले थंडगार पाण्याचे कारंजे अचानक सुरू होऊन मनाला प्रसन्नता लाभावी तितकेच सुख हास्याच्या कारंजात भिजण्यात आहे. जिथे हास्य असते. तिथेच आरोग्य असते, तिथेच उत्साह असतो, तिथेच चैतन्य असते आणि अशाच ठिकाणी परमेश्वराचा वास असतो.

'मन करा रे प्रसन्न।
सर्व सिद्धीचे कारण।।'

असे संत तुकारामांनी सांगितले. मनाला टवटवीत करण्यासाठी हास्यधारांच्या पावसातही भिजायला हवे. मनाने निखळ आणि निरोगी असल्याशिवाय माणसाला मनमुराद हसता येत नाही. या जगातले दु:ख नाहीसे करता येणार नाही; पण ते हलके करण्याची मोठी ताकद विनोदात आणि हास्यात आहे. विनोदबुद्धीची ढाल हातात असली आणि अंगात रसिकतेचे चिलखत घातले की, जीवनातल्या सगळ्या लढाया सोप्या करता येऊ शकतात. एवढी विलक्षण शक्ती हसण्यात आहे.

हसणे शरीराच्या आरोग्यासाठी जसे लाभदायक आणि महत्त्वाचे आहे, तसेच मनाच्या सकारात्मकतेसाठी आणि आरोग्यासाठीही ते उपकारक आहे. जीवनातले ताणतणावांचे ओझे कमी करण्यासाठी, मनाची प्रसन्नता टिकविण्यासाठी आणि निरोगी जीवनासाठी 'हास्ययोगा'च्या माध्यमातून हास्यदेवतेचीही सर्वांगसुंदर पूजा बांधायला हवी. ती बांधता आली तर जगणे अधिक सुंदर होईल.

वक्तृत्व कला

आजच्या समाजातले सर्व विषय भावनिक आणि अकारण संवेदनशील झालेले आहेत, त्यामुळे तर्कशुद्ध विवेचनाला अर्थ उरला नाही. ‘सत्य असत्याशी मन केले ग्वाही। मानियले नाही बहुमता।’ या तुकोबांच्या वचनाला अंगी बाणवण्याचे सामर्थ्य फार कमी वक्त्यात उरले आहे. व्यासपीठावरील चिंतनशील वक्तृत्वाची आज मोठी पिछेहाट होत असली तरी बोलण्याचे किंवा नेटक्या बोलण्याचे महत्त्व कदापिही कमी होणार नाही. उलट ते वाढतेच आहे.

प्राचार्य शिवाजीराव भोसले यांनी वक्तृत्वाची साधी, सोपी आणि सरळ व्याख्या केलेली आहे ते म्हणत, ''ज्याचे बोलणे ऐकत राहावे असे ऐकणाऱ्याला वाटते, तेव्हा बोलणाऱ्याच्या बोलण्यातून आविर्भूत होणारे, आविष्कृत होणारे आणि प्रकट होणारे ते वक्तृत्व.''

एखाद्याजवळ उदंड ज्ञान असते; पण ते इतरांपर्यंत पोहोचविण्यासाठी आवश्यक असलेली शब्दशक्ती नसते. अनेकांजवळ शब्दशक्ती असते; पण ज्याच्यासाठी शब्दशक्ती वापरायची ते ज्ञान नसते. ग्रंथांचा उदय होण्यापूर्वी वक्तृत्वाने फिरती ज्ञानपोई चालवली. बोलणे हे साहित्याचे पहिले रूप आहे. आरंभीचे बहुतांशी साहित्य खऱ्या अर्थाने वाङ्मयच होते. संत ज्ञानदेवांनी ज्ञानेश्वरी आधी सांगितली नंतर सच्चिदानंद बाबांनी ती लिहून घेतली. 'ऐसी अक्षरे रसिकें। मेळवीन' अशी प्रज्ञा असणाऱ्या ज्ञानेश्वरांनीदेखील साहित्याचे पहिले रूप प्रधान मानले. कौरव पांडवांच्या युद्धात हतबल झालेल्या अर्जुनाला उभे करण्यासाठी श्रीकृष्णाने सगळी शस्त्रे बाजूला ठेवून शेवटी वक्तृत्वाचे शस्त्र हाती घेतले आणि अर्जुनाला गीता सांगितली. इतके वक्तृत्वाचे मोठेपण आहे.

शब्द हे वक्तृत्वाचे शरीर, विचार हा आत्मा आणि वक्त्याच्या वक्तृत्वातून पाझरणारे नानाविध रस ही वक्तृत्वाची आभूषणे असतात. शब्दशक्तीचे गर्वयुक्त प्रदर्शन करण्यापेक्षा वक्त्यांनी आपली ज्ञानशक्ती वाढवली, तर त्या ज्ञानशक्तीपुढे श्रोते आदराने नतमस्तक होतात.

वक्ता निरभिमान भेटे। तेणे श्रोतयाचा संशय तुटे।
उभये अभिमान विटे। प्रांजळ निरूपण।।

यातच वक्तृत्वाचा खरा आनंद आहे. त्यातूनच वक्तृत्वाला अभिप्रेत असणारे काम होणार आहे. गोमंतक कवी सोहिरोबा आंबिये म्हणत,

विवेकाची ठरेल ओल। जे बोलायचे ते ऐसे बोल।
आपुले मते उगीच चिखल। कालवू नको रे।।

वक्तृत्वात उत्स्फूर्ततेचा भाग खूप कमी असतो. उत्तम तयारी आणि उत्स्फूर्तता यांतून देखणे वक्तृत्वशिल्प आकाराला येते. उत्तम वक्ता होण्याची महत्त्वाकांक्षा असणाऱ्यांनी प्रथम उत्तम श्रोता झाले पाहिजे. अनेकांची व्याख्याने ऐकली

पाहिजेत. वक्तृत्वाचे नानाविध आकार आणि प्रकार अनुभवले पाहिजेत. अभ्यासपूर्ण प्रतिपादन करणाऱ्या एखाद्या व्यासंगी वक्त्याचा वाग्विलास अनुभवता आला, तर श्रवणानंदाबरोबर जाणिवांना नवे पैलू पाडण्याचे कामही घडू शकते म्हणून श्रवणभक्ती मनोभावे केली पाहिजे. उत्तम वक्ता होण्यासाठी उत्तम वाचक होता आले पाहिजे. शब्दश्रीमंती वाढविण्यासाठी वाचनाला शरण जाणे आवश्यक आहे.

वाचून, थांबून, विचार करून पुढचे वाचले पाहिजे. जसे खाल्लेले पचविल्याशिवाय माणसाची प्रकृती सुदृढ होत नाही, तसे वाचलेलेही पचवावे लागते. काय वाचले, कुठे वाचले, कशात वाचले, यांच्या नोंदी ठेवण्याची सवय असेल, तर एखाद्या विषयाची व्याख्यानासाठी तयारी करताना त्याचा खूप फायदा होतो. 'सर्वसारसंग्रह' या नावाची अनेक पृष्ठांची स्वातंत्र्यवीर सावरकरांची टिपणवही पाहिल्यानंतर आपण आश्चर्यचकित होतो. सावरकर म्हणत, 'माझ्या वक्तृत्वाचा पाया या टिपणवहीने मजबूत केला आहे.' वाचनातून मनाच्या गाभाऱ्यात काही विचार शिरले की, त्यांना नवे धुमारे फुटू शकतात म्हणून गंभीरपणाने वाचन केले पाहिजे.

ज्या विषयावर आपल्याला बोलायचे आहे त्या विषयाची तयारी हा वक्तृत्वातला महत्त्वाचा भाग असतो. सारे काही वाचलेले, कधी तरी ऐकलेले, इतरांनी सांगितलेले सोबतीला घेऊन वक्तृत्वाला मोहोर येऊ शकत नाही. इथे वक्त्याच्या ठायी एखाद्या सुगरणीचे कौशल्य असणे आवश्यक आहे. सुगरणीजवळ स्वयंपाकघरात सर्व प्रकारची सामग्री आणि वस्तू उपलब्ध असतात; पण 'स्वयंपाक' ही तिचीच मिरासदारी असते. अनेकदा तो पदार्थ वर्षानुवर्षे अस्तित्वात असल्यामुळे कृतीही माहीत असते; पण तिची कल्पकता आणि सर्जनशीलता यांतून रुचकर पदार्थ तयार होतो. हे कसब वक्त्याला साधता आले पाहिजे. आजवर केलेले वाचन, घडलेले श्रवण यांवर स्वत:च्या व्यक्तिमत्त्वाचे, विचारांचे काही संस्कार ज्याला करता येतात त्याचे वक्तृत्व इतरांपेक्षा वेगळे उठून दिसते. ही कला एका दिवसात आत्मसात करता येत नाही. स्वयंपाक हा जसा करता करता येतो, सराव करून खेळ जमतो, रियाज करून गाणे जमते, तालमी करून नाटक जमते, तसेच वक्तृत्वाचे देखणे रूप साधनेतूनच आकाराला येते. वक्तृत्व ही केवळ शब्दांची आतषबाजी नसते, तर ती जीवनाची उपासना असते. ही उपासना निष्ठापूर्वक करणाऱ्यांनाच वाग्देवता प्रसन्न होते.

एखादी इमारत उभी राहण्यापूर्वी जसा त्या इमारतीचा आराखडा तयार असतो, प्लॅन बनवलेला असतो तसा व्याख्यानापूर्वी किंवा विषय मांडण्यापूर्वी वक्त्याच्या मन:पटलावर त्या व्याख्यानाचा आराखडा तयार असला पाहिजे. तयारीशिवाय दिलेले भाषण हे फारतर वक्त्याची हौस भागवू शकते; पण श्रोत्यांचे कान तृप्त करू शकत नाहीत.

मनात एकदा विषयाचा आराखडा तयार झाला की, त्याचे 'चिंतन' केले पाहिजे. जशी पॉलिशमुळे सोन्याला झळाळी येते तसे चिंतनामुळे वक्तृत्व तेजस्वी होते. श्रवण आणि वाचन, मनन आणि चिंतन यांना एकांताचे कोंदण लाभले, तर वक्त्याचे वक्तृत्व झळाळून निघते.

वक्तृत्वाचे सादरीकरण ही एक प्रकारची पूजाच असते. वक्त्याने शूचिर्भूत मनाने आणि नि:शंक अंत:करणाने या पूजेसाठी तयार झाले पाहिजे. ज्याला त्याला लाभलेले व्यक्तिमत्त्व हा निसर्गदत्त घटक झाला; पण वृत्तीची प्रसन्नता ही आयुष्याची कमाई असते. त्या कमाईचे दर्शन वक्त्याकडे पाहिल्यानंतर श्रोत्यांना घडले पाहिजे. वक्त्याच्या प्रसन्नतेवर सभेची प्रसन्नता आणि श्रोत्यांची उत्सुकता अवलंबून असते.

अनेक वक्त्यांना हातात मुद्द्यांचे टिपण घेऊन बोलणे सोयीचे वाटते किंवा अपरिहार्यही असते; पण कागद किंवा टिपण हा वक्ता आणि श्रोता यांच्यातला मोठा अडसर ठरू शकतो. वक्ता टिपणात अडकून राहतो. श्रोत्यांच्याही वाट्याला एकाग्रता येत नाही, त्यामुळे जो टिपणाशिवाय संवाद साधतो, त्याचा अधिक प्रभाव पडतो. अनेक जण मुद्दे लक्षात राहत नाहीत असे सांगतात; पण मनन आणि चिंतन प्रभावीपणे करता आले, तर स्मरणात सर्व काही उत्तम राहू शकते. स्मरणशक्ती ही एखाद्या वेलीसारखी असते. सर्व घटक योग्य प्रमाणात मिळाले की जशी वेलीची वाढ होते, तसेच लेखन, वाचन, मनन आणि चिंतन मन:पूर्वक केले की, स्मरणशक्तीची वेल गगनाला जाऊन भिडू शकते. स्वामी विवेकानंदांना एनसायक्लोपीडिया ब्रिटानिकाचे सर्वच्या सर्व खंड मुखोद्गत होते. कोणताही संदर्भ कोणत्याही टिपणाशिवाय ते देऊ शकत होते. जशी आपण शरीरसंपदा कमावतो, तशीच स्मरणशक्तीही कमावता येऊ शकते. ज्या वक्त्यांपाशी स्मरणशक्ती असते त्यांचे वक्तृत्व अधिक नेटके, सुडौल आणि सुरस होते.

वक्ता ज्या वेळी बोलत असतो, तेव्हा एकाच वेळी दोन क्रिया घडत असतात. स्वत:शी विचार करीत करीत तो बोलत असतो, त्याच वेळी तो

श्रोत्यांशी संवाद साधत असतो. त्याच्या विचाराचा वेग आणि प्रतिपादनाचा वेग या दोन्ही वेगाला खूप महत्त्व आहे. वक्तृत्वात वेग आवश्यक आहे. कारण त्याशिवाय भाषण प्रभावी आणि प्रवाही होत नाही; पण प्रचंड वेगाने बोलणारे वक्ते स्वत:चे आणि श्रोत्यांचेही नुकसान करतात. धपधप पडणारा पाऊस जमिनीच्या पृष्ठभागावरून लगेच वाहून जातो; पण हळुवार येणाऱ्या पावसाच्या सरी जमिनीमध्ये खोलवर जातात आणि त्यावर पिकांचे चांगले भरणपोषण होते. हळुवार तरीही प्रवाही वक्तृत्व श्रोत्यांच्या अंत:करणाच्या तारा छेडू शकते.

वक्त्याच्या ठायी शब्दशक्ती, विचारशक्ती, स्मरणशक्ती याचबरोबर एक अवधानशक्ती असली पाहिजे. आपण कुठे बोलतो आहोत, श्रोत्यांची मानसिकता कशी आहे, समारंभाचा उद्देश काय आहे, याचे आकलन वक्त्याला व्यासपीठावर येताना आणि व्यासपीठावर बसल्यावर झाले पाहिजे. अनेकदा आपण ज्या पद्धतीने तयारी केलेली असते तशी मांडणी एकूण समारंभाला आणि श्रोत्यांना मानवणारी नसते. अशा वेळी पूर्वनियोजित आराखड्यात बदल करून नव्याने मांडणी करण्याचे कौशल्य वक्त्याला आत्मसात करता आले पाहिजे. हे ज्याला जमते तोच पट्टीचा वक्ता होऊ शकतो. आपले तेच खरे असे मानणारे आणि श्रोत्यांवर प्रत्येक गोष्ट लादणारे वक्ते लवकर कालबाह्य होतात. प्रत्येक वक्त्याला स्वत:ची म्हणून शैली असावी लागते. शैलीहीन वक्तृत्व ही वक्तृत्वाची प्रतारणाच असते. कोता आवाज वक्तृत्वाचा प्रभाव पाडू शकत नाही. गायक आवाज कमावतात त्यासाठी नानाविध प्रकारचे व्यायाम, प्राणायाम, ॐकाराचे उच्चारण करतात. आवाज कमावण्यासाठी हे सारे मार्ग वक्त्यानेही चोखाळले पाहिजेत.

वक्ता होण्यासाठी आवश्यक असलेल्या गुणांपैकी एकही गुण नसलेला डेमॉस्थेनिस महान वक्ता झाला. त्याचे चरित्र प्रत्येक वक्त्याने अभ्यासले पाहिजे. त्याचा आवाज कोता, कमकुवत आणि कापरा होता. तो रोज धावण्याचा सराव करू लागला. टेकड्यांवरून चढ-उतार करू लागला. त्याची श्वसनशक्ती मजलेदार झाली. पल्लेदार वाक्य धाप न लागता त्याला पेलता येऊ लागले, तरीही एक अडचण जाणवली. त्याचा आवाज पल्लेदार झाला; पण दमदार झाला नाही. त्याला वजन, विस्तार आणि व्याप्ती नव्हती. तो सागरतीरावर जाऊन मोठ्याने बोलू लागला. लाटांनाच श्रोते मानून तो बोलत राहिला. त्याची वाणी खणखणीत झाली. गालावरचे, मुद्रेवरचे आणि

जिभेचे स्नायू बळकट व्हावेत म्हणून काही काळ लोकभ्रमाच्या आहारी जाऊन तो तोंडात गारगोट्या धरून बोलण्याचा प्रयत्न करीत होता. यात थोडी गंमत आणि बराचसा वेडेपणा होता. आवाज तयार झाला. शब्दसामर्थ्य आणि भाषावैभव संपादन करण्यासाठी त्याने थुसिडिडिज या लेखकाचा इतिहासग्रंथ अनेकदा वाचला. काही वेळा तो अक्षरश: आणि विरामश: उतरवून काढला. त्याच्या ओठात आणि बोटात भाषा भिनली. एक जिव्हाजड माणूस महान वक्ता झाला. ग्रीस देशातल्या वक्तृत्व पंढरीचा पांडुरंग झाला.

वक्तृत्व आणि आरोग्य यांचा खूप जवळचा संबंध आहे. एक-दीड तास सलग बोलण्यासाठी अंगात मोठी रग असावी लागते. पल्लेदार वाक्य उच्चारताना श्वास टिकवून ठेवावा लागतो. दोन पायांत व्यवस्थित अंतर ठेवून तासभर देहाचा डोलारा तोलावा लागतो. अनेकदा परगावी एक तासाचे व्याख्यान देण्यासाठी बारा-चौदा तासांचा प्रवास करावा लागतो. त्याचा शीण बाजूला ठेवून प्रसन्न मुद्रेने सभेला सामोरे जावे लागते. भरल्यापोटी व्याख्यान देता येत नाही. शरीर आळसावलेले असले की, एकाग्रता साधता येत नाही. एवढी सगळी पथ्ये पाळून वक्तृत्वाची पालखी पुढे न्यायची असते. उत्तम वक्तृत्वासाठी ज्ञानसाधनेइतकीच शरीरसाधना आवश्यक आहे. वक्तृत्व हा शारीरिक, मानसिक, बौद्धिक अशा अनेक प्रक्रियांचा संयुक्त खेळ आहे. तो खेळण्यासाठी खेळाडू मोठ्या तयारीचा असावा लागतो.

आजच्या समाजातले सर्व विषय भावनिक आणि अकारण संवेदनशील झालेले आहेत, त्यामुळे तर्कशुद्ध विवेचनाला अर्थ उरला नाही. ‘सत्य असत्याशी मन केले ग्वाही। मानियले नाही बहुमता।’ या तुकोबांच्या वचनाला अंगी बाणवण्याचे सामर्थ्य फार कमी वक्त्यात उरले आहे. व्यासपीठावरील चिंतनशील वक्तृत्वाची आज मोठी पिछेहाट होत असली तरी बोलण्याचे किंवा नेटक्या बोलण्याचे महत्त्व कदापिही कमी होणार नाही. उलट ते वाढतेच आहे. संवाद मुलाखती, परिसंवाद, चर्चासत्रे, निवेदन अशा अनेक रूपांत भरजरी थाटात ते वावरते आहे. उत्तम बोलता येणाऱ्याचे हे दिवस आहेत. गुजगोष्टी करण्यापासून कॉर्पोरेट जगतात उच्चरवात आपली भूमिका मांडण्यापर्यंत प्रत्येक छोट्या-मोठ्या गोष्टींशी बोलणे निगडित आहे.

बोलणे हा केवळ जगाच्या व्यवहारातील उपचाराचा भाग नाही. बोलण्यातून भाषा, साहित्य, समीक्षा, संस्कृती आणि पर्यायाने त्या समाजाचे उन्नयन होत असते म्हणूनच वाचिक अभिव्यक्तीकडे गांभीर्याने पाहायला हवे.

खेळ स्मृतींचा

पूर्वायुष्यातील आठवणींचे कितीतरी सोनेरी पक्षी आपल्या गजबजलेल्या आयुष्यात आनंदाची उधळण करण्यासाठी उत्सुक असतात. त्यांच्या स्वागतासाठी आपल्याला वेळच नसतो. आयुष्यात नुसत्या बँकेच्या पासबुकावरच्या नोंदी पाहून चालत नाहीत. आठवणींची पासबुकेसुद्धा तितक्याच मनस्वीपणे चाळायला हवीत. एकदा का हा स्मृतींचा खेळ खेळण्याची सवय लागली की नैराश्य थाऱ्यालासुद्धा उभे राहत नाही.

आपल्या दैनंदिन जीवनात सतत काहीतरी घडत असते. त्याची स्पंदने आपल्या मन:पटलावर उमटत असतात. त्यातली काही स्मृतिरूपाने टिकून राहतात. ज्या मन:शक्तीमुळे हे घडते तिला स्मरण (मेमरी) असे म्हटले जाते.

प्रत्येकाची स्मरणशक्ती वेगळी असते. काही विद्यार्थ्यांना परीक्षेचा पेपर लिहिताना पुस्तकातील ओळ न ओळ आठवत असते. काही विद्यार्थ्यांना परीक्षेत विचारलेला प्रश्न कोणत्या धड्यातील आहे हेदेखील स्मरत नाही. मात्र चित्रपटातले संवाद त्यांना जसेच्या तसे आठवत असतात. अनेकांना परीक्षेत विचारलेल्या प्रश्नांची उत्तरे पेपर संपवून घरी जाताना आठवत असतात. काही वडीलधाऱ्यांना आपल्या लहानपणीच्या घटनादेखील कालपरवा घडल्याप्रमाणे बारीक तपशिलांसह आठवत असतात, तर काही ज्येष्ठांना समोर बसलेल्या आपल्या मुलाचे नावही आठवत नाही. अनेकांना एखादी गोष्ट लक्षात ठेवणे म्हणजे निरर्थकाचे ओझे वाहिल्यासारखे वाटते.

एखादी गोष्ट लगेच लक्षात येणे, ती बराच काळ लक्षात राहणे, हवी तेव्हा अचूकतेने ती गोष्ट आठवणे, जे गरजेचे नाही ते विसरून जाणे ही उत्तम स्मरणशक्तीची लक्षणे असल्याचे मानसशास्त्रज्ञ सांगतात.

काहींना असे वाटते की, स्मरणशक्ती ही दैवी देणगी आहे, त्यामुळे ज्यांना ही देणगी लाभली आहे, त्यांच्याच स्मृती उत्तम असतात; पण प्रयत्नपूर्वक स्मरणशक्ती वाढवता येऊ शकते, असे मानणाऱ्यांचाही एक वर्ग आहे. एखादी गोष्ट एकाग्रतापूर्वक केल्यास ती चांगली लक्षात राहते, हा अनेक थोरांचा अनुभव आहे. आज एकूणच जीवनाचे जे शहरीकरण झाले आहे, त्यामुळे एकाग्रता नावाची गोष्ट जिला भारतीय संस्कृतीत मूल्य मानले आहे ती हद्दपार होईल की काय अशी भीती वाटते. कारण व्यवधाने आणि धावपळ वाढली आहे. एकाच वेळी अनेक गोष्टी करीत राहिल्यामुळे एकही धड होत नाही अशी परिस्थिती आहे. लक्षात ठेवणे आणि आठवत राहणे हा खरोखरीच मनोहारी खेळ आहे; पण तो आज खेळला जात नाही. 'घोका आणि ओका' या शिक्षण पद्धतीमुळे आणि मूळ संकल्पना समजून न घेतल्यामुळे शिक्षणाची गुणवत्ता खालावली आहे

हे मान्य केले, तरी त्यामुळे पाठांतराचे आणि त्याच्या स्मरणाचे महत्त्व कमी होत नाही. पाढे, स्तोत्र, कविता आणि गणिताची सूत्रे पाठ करण्यात आणि ती आठवण्यात बुद्धीचा आणि स्मरणाचा दोन्हीचाही रियाज होत असे. आता स्मरणांऐवजी तंत्रज्ञानाला आणि उपकरणांना शरण जाण्याची जी जीवनशैली माणसांनी स्वीकारलेली आहे, त्यामुळे स्मृती नावाची निसर्गदत्त शक्ती आज क्षीण होताना दिसत आहे. कोणत्याही विषयाचा अभ्यास करताना वाचन, लेखन, मनन आणि चिंतन या महत्त्वाच्या पायऱ्या मानल्या जातात. आज केवळ वाचन या पायरीच्या पुढे विद्यार्थी जाताना दिसत नाहीत. लेखन, मनन आणि चिंतनाच्या अभावामुळे स्मरणाची मोठी हानी होताना दिसत आहे.

लोकमान्य टिळकांची स्मरणशक्ती विलक्षण होती. मंडालेच्या तुरुंगात लोकमान्यांनी लिहिलेला 'गीतारहस्य'सारखा ग्रंथ इंग्रजांनी जप्त केल्यानंतर लोकमान्य म्हणाले होते, "तुम्ही केवळ या ग्रंथाची हस्तलिखिते जप्त केली आहेत. ग्रंथाच्या आशयातला शब्द न शब्द विरामचिन्हासह माझ्या स्मृतिमंदिरात अक्षरश: कोरलेला आहे. तो मी कधीही शब्दबद्ध आणि ग्रंथबद्ध करू शकतो." स्वामी विवेकानंदांना एक पुस्तक कधी दुसऱ्यांदा वाचावे लागले नाही. एनसायक्लोपीडिया ब्रिटानिकाचे दहा खंड त्यांनी सहज स्मृतिगत केले होते. स्वातंत्र्यवीर सावरकरांची आणि डॉ. बाबासाहेब आंबेडकरांची स्मरणशक्ती लोकांच्या कौतुकाचा विषय होती. हातामध्ये कोणत्याही स्वरूपाचे टिपण आणि टाचण न घेता एका संथ लयीत जराही न अडखळता दोन दोन तास अनेक संदर्भासह कोणत्याही विषयावर बोलून आपल्या चिंतनशील वक्तृत्वाने श्रोत्यांना मंत्रमुग्ध करणारे प्राचार्य शिवाजीराव भोसले हे नवल वाटावे असे व्यक्तिमत्त्व होते. संपूर्ण ज्ञानेश्वरी, दासबोध आणि गाथा जशीच्या तशी स्मरणात ठेवणारी अनेक जुनी जाणती माणसे आजही आहेत. नाशिकच्या प्राची निरंतर या माउलीला संपूर्ण गीता मुखोद्गत आहे. या माणसांविषयी आणि त्यांच्या अफाट स्मृतिशक्तीविषयी नव्या पिढीला औत्सुक्य का वाटत नाही? हजारो गोष्टी स्मरणात ठेवणारी संगणकासारखी साधने नव्या पिढीतल्या माणसांनीच निर्माण केली ना? मग त्यांनाच स्वत:च्या स्मरणशक्तीचे विस्मरण का घडावे? साधी साधी गणिते सोडविताना आणि छोट्या नोंदीसाठी कॉम्प्युटर, कॅलक्युलेटर, मोबाईल यांचा आधार का लागावा? सगळेच स्मरणात ठेवण्याची आवश्यकता नसते; पण गरजेपुरते तरी लक्षात का राहू नये?

आठवणींच्या साम्राज्यात रमण्याच्या सुखाला माणूस त्याच्याच कृतीमुळेच मुकतो आहे, त्यामुळे त्याचे परावलंबित्व वाढते आहे. एखादी लोखंडी वस्तू फार काळ पडून राहिली तर ती गंजते. धान्य नुसतेच साठवून ठेवले तर ते खराब होते. निसर्गाने दिलेल्या शक्तीचेही असेच असते त्या पूर्ण क्षमतेने वापरल्या गेल्या नाहीत, तर त्यांचे बळ कमी होऊन त्या नष्ट होण्याची दाट शक्यता असते. स्मृती म्हणजे अनेक अंगभूत प्रक्रियांनी युक्त असा एक मनोव्यापारच असतो. तो जसा आल्हाददायक असतो तसा त्रासदायकही असतो.

माणसाच्या मनाच्या आकाशात स्मृतींच्या रूपाने आठवणींचे कितीतरी पक्षी भरारत असतात. एखाद्या जिवलग मित्राला हाक मारताच त्याने पळत यावे त्याप्रमाणे माणसाच्या मनात आठवणी येत असतात. आठवणींचा सोनपाऊस कित्येकदा मनाचा गाभारा प्रसन्न करून जातो. सगळ्याच आठवणी भरजरी नसतात. अनेकदा त्या साध्याच असतात, तरीही माणसांना पुलकित करण्याचे मोठे सामर्थ्य त्यांच्यात असते. आपल्याला शाळेत शिकविणाऱ्या शिक्षकांचे चेहरे जसेच्या तसे आठवत असतात. नवी कोरी पुस्तके, त्यांचा वेगळा वास आणि मऊ स्पर्श पटकन जुन्या काळात घेऊन जातो. पक्वान्नाने भरलेले नैवेद्याचे ताट आणि समईच्या प्रकाशात न्हाऊन निघालेली पाटावरची यथासांग पूजा हे सारे नुसते आठवले तरी साक्षात पूजेला बसल्याचा भास होतो. वळवाच्या पावसाने अनपेक्षितपणे दिलेला मस्त तडाखा, परीक्षेच्या निकालाच्या दिवशी अस्वस्थता, कुतूहल आणि भीती या भावनांनी भारलेले एक चमत्कारिक वातावरण... या सगळ्या आठवणी वर्षे लोटली तरी खूप ताज्या वाटत असतात. पुरस्कार स्वीकारताना झालेला टाळ्यांचा कडकडाट मनाच्या सभागृहात पाहिजे तेव्हा आठवता येतो. अशा आठवणी प्रसन्नतेची झुळूक त्यांच्याबरोबर घेऊन येत असतात.

सगळ्याच आठवणी सुखद नसतात. काही मनाचा तळ ढवळणाऱ्या आणि खपल्या काढणाऱ्याही असतात. निमंत्रण नसतानाही अवचित येणाऱ्या एखाद्या पाहुण्याप्रमाणे त्या धडकून जात असतात. त्यांच्या येण्याने जुन्या जखमा, जुने सल पुन्हा डोके वर काढत असतात. अशा आठवणींना बोलवायचेच कशाला? काही माणसे आपण शिताफीने टाळतो तसे त्यांनाही टाळायचे. ज्यांना हे जमते त्यांच्याच आयुष्यात आठवणी आनंदाची पखरण करीत राहतात.

तत्त्ववेत्ते असणाऱ्या डॉ. सर्वपल्ली राधाकृष्णनांचे मद्रास विद्यापीठात 'स्मृती' या विषयावर व्याख्यान झाले. व्याख्यानानंतर प्रश्नोतराच्या कार्यक्रमात एका श्रोत्याने त्यांना विचारले, "सुखद आठवणींच्या स्मरणाने माणसांच्या चित्ताला प्रसन्नता लाभते हे मान्य आहे; पण समोर रखरखीत वर्तमान दिसत असताना असे भूतकाळात रमणे आणि भूतकाळाशी बोलणे योग्य आहे का?" त्यावर हसत राधाकृष्णन म्हणाले, "आठवणी म्हणजे केवळ भूतकाळ नसतो. रखरखीत वर्तमानाला आणि भविष्यकाळाला सामोरे जाताना आत्मविश्वास देणारी ती समृद्ध शिदोरी असते." दुसऱ्या श्रोत्याने विचारले, "काही माणसे त्यांच्या क्षीण झालेल्या स्मरणशक्तीचा दोष स्वत:ला किंवा वाढत्या वयाला देऊन मोकळे होतात. त्यांना आठवणीतून मिळणारा आनंद कसा घेता येणार?" त्यावर राधाकृष्णन म्हणाले, "भरलेली बाटली एकदम उपडी केली म्हणजे पाणी अडून राहते. त्याप्रमाणे माणसाच्या व्यग्रतेमुळे त्याच्या स्मरणमार्गात अडसर निर्माण होतो. स्वत:ला आणि वयाला दोष देण्यापेक्षा अशा लोकांनी स्मरणाची वाट थोडी मोकळी केली, तर आठवणींचा प्रवाह सहज वाहत राहील."

पूर्वायुष्यातील आठवणींचे कितीतरी सोनेरी पक्षी आपल्या गजबजलेल्या आयुष्यात आनंदाची उधळण करण्यासाठी उत्सुक असतात. त्यांच्या स्वागतासाठी आपल्याला वेळच नसतो. आयुष्यात नुसत्या बँकेच्या पासबुकावरच्या नोंदी पाहून चालत नाहीत. आठवणींची पासबुकेसुद्धा तितक्याच मनस्वीपणे चाळायला हवीत. एकदा का हा स्मृतींचा खेळ खेळण्याची सवय लागली की नैराश्य थाऱ्यालासुद्धा उभे राहत नाही.

मी

माणसांच्या व्यक्तिमत्त्वात गुणदोषांचा संयोग असतो. दोषविरहित माणसे शोधूनही सापडणार नाहीत. काही माणसे इतकी विनयशील असतात; पण त्यांच्याबद्दल थोडासाही आदर वाटत नाही कारण त्यांच्याकडे भूमिका नसते. ठामपणा नसतो. कोणीही यावे आणि वाकवावे, अशा पद्धतीने ती वाकत असतात. अशा माणसांकडे पाहिल्यानंतर वाटते यांना परमेश्वराने थोडा जरी 'मी'पणा दिला असता तर किती बरे झाले असते? अनेकदा थोडासा 'मी'पणा, अहंकार व्यक्तिमत्त्वाची पत आणि प्रतिष्ठा राखण्यासाठी निश्चित उपयोगी पडू शकतो; पण त्याची मात्रा वाढली, तर ती व्यक्तिमत्त्वाला अपायकारक ठरू शकते.

एका राजाची ही गोष्ट. त्याला काही अधिकारी नेमायचे होते म्हणून त्याने गावात दवंडी दिली. गावातून शंभर एक तरुण मुलाखतीसाठी आले. त्यांची प्रथम त्याने शारीरिक चाचणी घेतली. नंतर मुलाखती घेतल्या आणि त्यातून त्याने चार तरुण निवडले. प्रधानजींना वाटत होते या मंडळींना राजाने लगेच नोकरीवर घ्यावे; पण राजा मात्र तयार नव्हता. त्याला या तरुणांची परीक्षा घ्यायची होती. राजाने आदेश दिला, "या चारही तरुणांना चार स्वतंत्र कोठडीत बंदिस्त करून टाका. त्यांना चार दिवस उपाशी ठेवा." राजाच्या आदेशाचे पालन करण्यात आले.

पाचव्या दिवशी राजाने पुन्हा आदेश दिला, "आत चारही कोठडीत जेवणाची ताटे पाठवा आणि पाठोपाठ भीती वाटेल असे एक कुत्रे प्रत्येक कोठडीत पाठवा." राजाची आज्ञा सर्वांनी पाळली आणि सर्व जण त्या तरुणांचे निरीक्षण करू लागले. पहिल्या खोलीत ते जेवणाचे ताट आणि कुत्रे जाताच तो तरुण घाबरला. त्याने जेवणाचे ताट कुत्र्यासमोर ठेवले आणि तो देवाची प्रार्थना करू लागला. राजा म्हणाला, "याला आपल्या अध्यात्म विभागात कामाला घ्या. हा तिथल्या कामासाठी योग्य आहे."

दुसऱ्या खोलीतले दृश्य मजेशीर होते. तो तरुण स्वत:ही ताटातले अन्न खात नव्हता आणि कुत्र्यालाही खाऊ देत नव्हता. राजा म्हणाला, "याला आपल्या अर्थव्यवहार खात्यात घ्या. हा स्वत:ही पैसे खाणार नाही आणि इतरांनाही खाऊ देणार नाही."

तिसऱ्या कोठडीतले दृश्य आणखी मजेशीर होते. तिथला तरुण कुत्र्याला मनोभावे अन्न भरवित होता. राजा म्हणाला, "याला आपल्या मुदपाकखान्यात घ्या. हा उत्तम पदार्थ बनवून इतरांना खाऊ घालेल."

चौथ्या कोठडीतला प्रकार आणखी वेगळा होता. तिथला तरुण अक्षरश: कुत्र्याच्या मानगुटीवर बसून जेवण करीत होता. राजा म्हणाला, "याला आपल्या संरक्षण विभागाचा प्रमुख करा. हा त्यासाठी योग्य आहे."

राजाची पारख करण्याची रित वेगळी होती. प्रत्येकातल्या 'मी'चा कल जाणून घेण्यासाठी तो उत्सुक होता. आपण आपल्यातला 'मी' जाणून घेण्यासाठी किती उत्सुक असतो? आपण कायम आपली इतरांशी तुलना

करीत राहतो. त्यांच्याप्रमाणे वागण्याचा आणि बनण्याचा प्रयत्न करतो. हा खरं तर आपल्या व्यक्तिमत्त्वाचा आणि आपल्यातील 'मी'चा अपमानच असतो. व्यक्तिमत्त्व नावाच्या मूल्याशी केलेली ती प्रतारणाच असते. आपल्याकडे लहान मुलांना नेहमी सांगितले जाते की, अमक्या सारखा हो, तमक्यासारखा हो; पण तुझ्या रंगाने, गंधाने आणि अंगभूत गुणांनी बहरलेले तुझे व्यक्तिमत्त्व आम्हाला हवे आहे, असा आग्रह कोणी धरत नाही.

संत ज्ञानेश्वर ज्ञानेश्वरीत एक सुंदर दाखला देतात.

'स्वधर्मु जो बापा। तोचि नित्य यज्ञु जाण पां।
म्हणोनि वर्तता तेथे पापा। संचारू काही।।'

आपल्या स्वभावानुसार आचरण करणे हाच खरा यज्ञ आहे. स्वभाव धर्मानुसार आपण आचरण केले, तर कधीही पाप लागत नाही.

'तुका म्हणे झरा। मूळचाचि आहे खरा।।'

असं बजावणाऱ्या संतश्रेष्ठ तुकोबारायांचेही हेच सांगणे आहे.

माणसातला 'मी' ही त्याच्या अस्तित्वाची खूण असते. अनेकदा त्याच्यासाठी ती प्रेरकशक्ती असते. मी हे केले, मी हे करू शकतो, मला हे करायचे आहे, असा आत्मविश्वास माणसामध्ये निर्माण करून त्याला एखाद्या कार्यासाठी प्रवृत्त करण्याची मोठी ताकद 'मी'मध्ये असते. सैनिकांच्या हातात कितीही धारदार आणि आधुनिक शस्त्रे दिली; पण त्यांच्यातला 'मी' लढण्यासाठी तयार नसेल, तर त्या शस्त्रांचा काय उपयोग? इतरवेळी 'मी' हा अहंकार स्वरूप म्हणून स्वीकारला जातो; पण त्या त्या कार्यक्षेत्रात 'मी' हा ऊर्जास्रोत म्हणून कामाला येऊ शकतो. जोपर्यंत 'मी' हा स्वत्वाची खूण म्हणून काम करीत असतो, तोपर्यंत त्या 'मी'पणाला आणि पर्यायाने येणाऱ्या अहंकाराला माणसाचा दागिना किंवा सद्‌गुण म्हणून स्वीकारले पाहिजे. त्यानंतर निर्माण होणाऱ्या अहंकाराचे गर्वात रूपांतर होते आणि ते त्या माणसाच्या जडणघडणीला जास्त हानिकारक ठरते. कोणत्याही गोष्टीचा अतिरेक हा जसा शेवटी विषात रूपांतरित होतो तसेच 'मी'पणाचेही आहे.

प्रतिभावंत माणसे अहंमन्य असतात, असा अनेकदा लोकांचा समज असतो आणि तो खरा ठरावा अशा पद्धतीने ही माणसे वागत असतात.

या गोष्टीकडे वेगळ्या दृष्टिकोनातून पाहिले तर? ही माणसे अहंमन्य नसती, सारखी 'मी'ला विसरून वागत असतील, तर लोकांनी त्यांचे काय केले असते? त्यांची किंमत केली नसती, हेच या प्रश्नाचे उत्तर द्यावे लागते. हे काय कोणतेही निमंत्रण स्वीकारतात, कोठेही बोलावले की येतात, त्यांची कशीही व्यवस्था करा अगर करू नका, त्यांची काहीच तक्रार नसते. मानधन दिले काय किंवा नाही दिले काय त्यांना त्यांचे काहीच वाटत नाही, अशा पद्धतीने लोक वागवायला कमी करीत नाहीत. गुणवत्ता असताना अधिक अहंकारी न होता कोणी आपली वाजवून किंमत वसूल करीत असेल, तर अशा माणसांसाठी त्याच्यातला 'मी'पणा, थोडासा अहंकार हा त्यांच्यासाठी दागिना ठरू शकतो. हा थोडासा अहंकार त्याच्याकडे नसता, तर लोकांनी त्याची किंमत कवडीमोल केली असती. ज्या अहंकारातून स्वत्व आणि सत्त्व या दोन्ही गोष्टी जपल्या जातात त्या 'मी'पणाकडे आणि अहंकाराकडे सकारात्मक भावनेने पाहिले पाहिजे. जेव्हा स्वत्व आणि सत्त्व जपताना माणसाच्या अंगी विनयशीलता असते, तेव्हा अशा व्यक्तिमत्त्वांना 'मी'पणा, थोडासा अहंकार शोभून दिसतो. जेव्हा माणसाच्या 'मी'पणाला उर्मटपणाची आणि उद्धटपणाची झालर असते, तेव्हा माणसातल्या सद्‌गुणांपेक्षाही त्याच्या अहंकाराचीच चर्चा अधिक होताना दिसते.

माणसांच्या व्यक्तिमत्त्वात गुणदोषांचा संयोग असतो. दोषविरहित माणसे शोधूनही सापडणार नाहीत. सापडलीच तर ती माणसे असणार नाहीत. काही माणसे इतकी विनयशील असतात; पण त्यांच्याबद्दल थोडासाही आदर वाटत नाही कारण त्यांच्याकडे भूमिका नसते. ठामपणा नसतो. कोणीही यावे आणि वाकवावे, अशा पद्धतीने ती वाकत असतात. अशा माणसांकडे पाहिल्यानंतर वाटते यांना परमेश्वराने थोडा जरी 'मी'पणा किंवा अहंकार दिला असता तर किती बरे झाले असते? अनेकदा थोडासा 'मी'पणा, अहंकार व्यक्तिमत्त्वाची पत आणि प्रतिष्ठा राखण्यासाठी निश्चित उपयोगी पडू शकतो; पण त्याची मात्रा वाढली, तर ती व्यक्तिमत्त्वाला अपायकारक ठरू शकते.

लाखो रुपये भरून प्रवासी कंपनीमार्फत परदेशात निघालेल्या माणसांचा अहंकार विमानतळावरच गळून पडतो. बसस्टँड आणि रेल्वे स्टेशनपेक्षा तिथे जास्त गर्दी असते. हजारोंच्या संख्येने माणसे त्याच उद्देशाने निघालेली असतात.

निसर्ग माणसाला त्याच्या क्षुद्रतेची जाणीव पदोपदी करून देत असतो. आकाशाला भिडणाऱ्या पर्वतरांगा, मैलोनमैल पसरलेला अथांग समुद्र, अनंत आकाश पाहिले की, आकाशात लुकलुकणाऱ्या एवढ्याशा ताऱ्याचेही अप्रूप वाटायला लागते. या विश्वाच्या तुलनेत एका विशिष्ट कोशात जगणारा 'मी' किती छोटा आहे, याची जाणीव होते आणि माणसाचा अहंकार गळून पडतो. ज्यांना हे उमगते त्यांनाच तुकारामांनी म्हटल्याप्रमाणे आकाशाएवढे होता येते. 'अणुरणीया थोकडा। तुका आकाशाएवढा।।'

जगज्जेता अलेक्झांडर खूप महत्त्वाकांक्षी, पराक्रमी आणि अहंकारी होता. हा अहंकार पराक्रमातून, यशातून येणे स्वाभाविक होते; पण त्याला जीवनाचे अंतिम सत्य अखेरच्या क्षणी का होईना उमगले होते. मृत्यूपूर्वी त्याने स्नेहांकितांना सांगितले, ''मृत्यूनंतर ज्या खड्ड्यात तुम्ही मला पुरणार आहात. तिथे तुमच्या इच्छेखातर हव्या त्या मौल्यवान वस्तू तुम्ही टाका; पण माझे दोन्ही हात मात्र मोकळेच राहू द्यात. लोकांना कळू द्या हा जगज्जेता जग जिंकूनही जाताना बरोबर काहीच घेऊन जाऊ शकला नाही.''

कर्तृत्वाची शिखरे गाठल्यानंतर असे अलगद 'मी'पण गळून पडण्याला एक वेगळा अर्थ आहे. तो समजावून घेता आला, तर अहंकार दागिना म्हणून मिरवण्यात कुणालाही धन्यताच वाटेल.

ॐकार स्वरूप

या वाटेने जाताना आपल्या जीवनाचा 'ॐकार' आपणच शास्त्रज्ञाच्या वृत्तीने, तत्त्वज्ञानाच्या जिज्ञासेने आणि योग्याच्या आचारशीलतेने अभ्यासला पाहिजे. त्यासाठी प्रयोगशील झाले पाहिजे. योगासने, दीर्घश्वसन, प्राणायाम या पायऱ्यांनी पुढे जात शास्त्रशुद्ध पद्धतीने ॐकार जपला पाहिजे म्हणजेच आपले ॐकार स्वरूप व्यक्तिमत्त्व आपल्याला उमजेल. आपले मोठेपण आपल्यालाच समजेल.

पोलीस अधिकारी म्हणून मोठ्या हुद्यावरून निवृत्त झालेले, दक्षता मासिकाचे संपादक आणि वाचकप्रिय पोलीसचातुर्य कथाकार व. कृ. जोशी यांच्या आयुष्यात घडलेली ही विलक्षण गोष्ट. व. कृ. निवृत्त झाल्यानंतर वाचन, लेखन आणि थोडीफार समाजसेवा करण्यात दंग होते. एके दिवशी पहाटे झोपेतून उठल्यानंतर त्यांच्या लक्षात आले की, आपली वाचा पूर्णपणे गेली आहे. कोणतीही पूर्वसूचना अथवा कारण नसताना ही आपत्ती त्यांच्यावर कोसळली होती. पहिले चार दिवस घसा बसला असावा या समजुतीत राहून त्यांनी घरगुती उपायही केले; पण त्याचा काही उपयोग झाला नाही. शेवटी तज्ज्ञ डॉक्टरांकडून आवश्यक त्या तपासण्या करून घेतल्या. त्यातून एकच निष्कर्ष निघाला, ज्या दोन व्होकल कॉर्ड्समुळे आपल्याला बोलता येते त्यांपैकी डाव्या बाजूची व्होकल कॉर्ड पूर्णपणे पॅरेलाइज्ड झाल्यामुळे त्यांची वाचा गेली होती. डॉक्टरांनी त्या वेळी परखडपणे सांगितले की, यावर ॲलोपॅथी शास्त्रात उपचार नाही. आपले पुढील आयुष्य मुकेपणात जाणार ही गोष्ट जशी धक्का देणारी तशी भयावहही होती. एका असह्य एकाकीपणाने व. कृं.ना घेरले; पण हार मानतील ते व. कृ. कसले?

त्या काळी संगणक सहज, सुलभ उपलब्ध नव्हता, तरीही संगणकाचा वापर कसा करायचा हे शिकून व. कृं.नी इंटरनेटवर स्वतःच्या आजाराची माहिती देऊन त्यावरील उपचाराचा शोध घेतला. अमेरिकेतील तज्ज्ञांनी या आजाराची कारणे, त्याची चिन्हे आणि उपचार याबद्दल दहा पानी प्रबंध पाठवला. त्यात या आजारावर औषध नाही हे मान्य करून त्यासाठी शस्त्रक्रिया आणि इंजेक्शन्स यांची माहिती दिली होती. ही सगळी माहिती घेऊन व. कृ. भारतातल्या तज्ज्ञ डॉक्टरांकडे गेले; पण त्यांचे अभिप्राय निराशाजनक होते. ही नवीन उपचारपद्धती अजून आपल्या देशात आली नव्हती. बुडत्याला काडीचा आधार म्हणून स्पीच थेरपी, ॲक्युप्रेशर, आयुर्वेदिक आणि होमिओपॅथीची औषधे यांचा प्रयोग केला; पण काहीही फायदा झाला नाही. वाचा जाऊन एक वर्ष झाले होते.

एके दिवशी व. कृं.चे डॉक्टर असणारे नातेवाईक मित्र त्यांना भेटायला आले. ते ज्येष्ठ फिजिशियन असले तरी त्यांचा वेद आणि योगशास्त्राचा गाढा

अभ्यास होता. व. कृं.ची माहिती समजल्यानंतर ते म्हणाले, "आपल्या योगशास्त्रात ॐच्या शास्त्रशुद्ध उच्चारणाने स्वरयंत्रावर अनुकूल परिणाम होतो. त्याचा प्रयोग करून पाहा." एवढे म्हणून ते थांबले नाहीत, तर त्यांनी स्वत: पद्मासन घालून ॐचे व. कृं.च्या आजारावर उपयुक्त ठरतील, असे विविध उच्चार त्यांना म्हणून दाखविले. दुसऱ्या दिवशीपासून व. कृं.नी योगासने झाल्यानंतर डॉक्टरांनी सांगितल्याप्रमाणे 'ॐ'चा उच्चार करण्याचा प्रयत्न केला; पण तो असफल झाला. आशा न सोडता ते प्रयत्न करीत राहिले. आश्चर्य म्हणजे एके दिवशी त्यांच्या कंठातून स्पष्टपणे 'ॐ'चा ध्वनी आला. हा प्रयोग व. कृ. अनेक दिवस करीत राहिले आणि त्यांची गेलेली वाचा परत आली. आज व. कृ. हयात नाहीत; पण आपल्या आत्मकथनपर लेखात हा अनुभव व. कृं.नी सांगितला आहे. त्यांचे कुटुंबीय या घटनेचे साक्षीदार आहेत.

काय आहे हा ॐकार?

ॐकार हे अलौकिक सांस्कृतिक प्रतीक आहे. ते धर्मग्रंथाचे सार आहे. त्या एका अक्षरावर ऋचांची भव्य वास्तू उभी आहे. ॐ हा एक ध्वनी आहे. ॐ हे त्याचे लिखित चिन्ह आहे. त्याला कोणी दिव्य ध्वनी, प्रणव किंवा अनाहत नाद असेही म्हणतात. परब्रह्माच्या अभिव्यक्तीचे आद्य रूप म्हणजे ॐकार असे आर्य संस्कृतीत गृहीत धरले आहे.

भागवतात श्रीकृष्णाने उद्धवाला सांगितले, 'मंत्री ॐकार मी चक्रपाणी'. भागवतातील हे गुह्य नाथांनी टिपले आहे. गीतेच्या आठव्या अध्यायातील १३व्या श्लोकात हेच आश्वासन आहे, 'ओम् इति एकाक्षरम् ब्रह्म!'

मदर म्हणून जगाच्या आदराचा आणि कौतुकाचा विषय असलेल्या फ्रेंच विदुषी मीरा रिचर्ड यांनी पाच तपे पाँडेचेरित राहून साधना केली. योगी अरविंदांच्या महानिर्वाणानंतर त्या साधकांच्या मार्गदर्शक बनल्या. त्या म्हणत, 'ओम् इज दि सिग्नेचर ऑफ दि लॉर्ड.' ॐकार ही विधात्याची साक्षात स्वाक्षरी आहे.

कुराणातल्या अनेक सुरहाची सुरुवातही 'अलिफ्ऽलामऽऽमीमऽऽ'ने होते. यामध्ये आणि ॐमध्ये काही फरक दिसत नाही.

ॐकाराचे मनातून चिंतन आणि मुखाने जप ही ब्रह्मविद्येची द्वारे आहेत. विनोबाजी म्हणत, 'व्यक्त जग आणि अव्यक्त ब्रह्म यांना जोडणारा दुवा म्हणजे ॐकार.'

ॐकाराच्या अंतरंगात डोकावणाऱ्यांना त्याच्या प्रकृतीत साडेतीन मात्रांचे दर्शन घडते. मात्र ही संज्ञा कालसूचक आहे. एका अक्षराच्या उच्चारणास लागणारा वेळ म्हणजे एक मात्रा. ॐ म्हणजे अ+उ+म या तीन मात्रांचा आणि चंद्राकार अर्धबिंबांचा समवाय आहे. वरची कोर ही अर्धी मात्रा मानली जाते.

ॐकाराची महती सांगणाऱ्या अनेक आख्यायिका उपनिषदात आढळतात. छांदोग्य उपनिषदात एक कथा आहे. ती अशी की, मृत्यूने देवांचा पाठपुरावा सुरू केला. देवांची गाळण उडाली. भयभीत झालेले देव वेदविद्येच्या आश्रयाला गेले; पण मृत्यूच्या नजरेतून ते सुटले नाहीत. धावता धावता ते ॐकारच्या आश्रयाला गेले. तेथे मृत्यू थांबला. ॐकाराने देव अजर आणि अमर झाले.

भारतीय संस्कृतीकोशाचे संपादक पंडित महादेवशास्त्री जोशी म्हणतात, ''ॐकारपूर्वक केलेले कोणतेही कर्म सात्त्विक बनते. अंधारात दिवा किंवा रानात वाट दाखविणारा सोबती तसा ॐकार आहे.''

संतश्रेष्ठ ज्ञानेश्वरांनीदेखील ज्ञानेश्वरीच्या आरंभी 'ओम नमोजी आद्या' या शब्दांनी ॐकाराचा जयजयकार केला आहे. त्याआधी गणेशाचे विस्तृत रूपक रचले आहे. 'अकार चरण युगुल। उकार उदर विशाल। मकार महामंडल। मस्तकाकारे।।' असे या शब्दब्रह्माचे वर्णन आहे. 'अ-उ-म' या तीन मात्रांचे हे महिमान आहे.

स्वामी स्वरूपानंदांनी प्रणव श्वासात गुंफून सोऽहं साधना केली. 'हरी: ओम्' अथवा 'ओम नम: शिवाय' असा जप करणारे भक्त भाविक ॐकार पूर्वक मंत्र जप करतात. रामकृष्ण हरी या मंत्राला पावसच्या स्वामी स्वरूपानंदांनी ॐकाराची जोड दिली. नारायण मंत्र, वासुदेव मंत्र हे सर्व ॐकारांनी संपन्न झालेले आहेत.

आपल्या दैनंदिन जीवनात, ग्रंथात आणि पारायण पर्वात शुभकार्याच्या आरंभी आणि अंती 'ॐ शान्ति: शान्ति: शान्ति:।' असा शान्तिमंत्र जपतात. सरस्वती, लक्ष्मी आणि श्री शक्ती या तीन शक्तींचे आवाहन ॐकारामुळे घडते अशी श्रद्धा आहे.

ज्येष्ठ तत्त्वज्ञ प्राचार्य शिवाजीराव भोसले म्हणतात, ''महाराष्ट्रात आणि अन्य प्रांतात देवभाषेपासून दूर असणाऱ्यांना देवाजवळ जाता

यावे यासाठी साधुसंतांनी 'हरी मुखे म्हणा।' असा सर्वजन सुलभ मार्ग सांगितला आहे.

'हरिॐ तत्सदिती सुत्राचे जे सार।
कृपेचा सागर पांडुरंग।।'

असे अभय तुकोबारायांनी दिलेले आहे.''

विज्ञाननिष्ठांना आणि बुद्धीनिष्ठांना हे विवेचन कदाचित मानवणार नाही. थिऑसॉफीच्या अभ्यासकांनी शास्त्रीय परिभाषेत केलेली मीमांसा अशी आहे, "God is beyond vibrations, but vibration is the form of creation". विश्वनिर्मितीमागे असणाऱ्या ऊर्जालहरीचे एक आगळे रूप म्हणजे ध्वनिलहरी. या लहरींना प्राप्त होणारे अक्षररूप म्हणजे ॐकार.

हे सारे खरे असले तरी 'प्रत्ययाचे ज्ञान। तेचि ते प्रमाण। येर अप्रमाण सर्व काही।।' असे समर्थांनी बजावले आहे. 'अनुभव येथे व्हावा शिष्टाचार।' ही संतश्रेष्ठ तुकोबारायांची भूमिका आहे. योग हे एक शास्त्र आहे. हा प्रचितीचा मार्ग आहे. आपापल्या अनुभवाची वाट चोखाळण्याचा अधिकार प्रत्येकाला आहे हे स्वामी विवेकानंदांचे सांगणे आहे. 'जाणावे आपणासी आपण।' हाच या सर्वांचा आग्रह आहे. आपल्या आतला ॐकार समजून घ्या हाच या साऱ्यांचा आग्रह आहे.

आपल्या अपॉइंटमेंट डायरीमध्ये सगळ्यांसाठी वेळ आहे; पण स्वत:साठी वेळ नाही. आपण डोळ्यांनी सर्व जग पाहून घेतो; पण आपल्या आत उघड्या डोळ्यांनी डोकावून पाहत नाही. भौतिक प्रगतीने आज शिखर गाठले असले तरी सुख, शांती आणि समाधानाच्या शोधार्थ माणसे वणवण भटकताना दिसतात. धावायचे कशासाठी आणि कुणासाठी हेच समजत नाही. व्यवधाने वाढल्यामुळे माणसांची एकाग्रता कमी झाली आहे. बाहेरच्या प्रचंड गोंगाटामुळे माणसे आपल्या आतला 'ॐकार' ऐकू शकत नाहीत.

अंतर्नाद ऐकण्यासाठी माणसाला एका वेगळ्या भावावस्थेत जावे लागते म्हणून महायोगी अरविंद सांगतात, "Remain quiet, open yourself and call for divine. Be yourself, transform yourself and transcend yourself." शांत राहा, स्वत:ला मोकळे करा आणि दिव्यत्वाला आव्हान करा. स्वत:ला ओळखा, स्वत:मध्ये बदल करा आणि आहात त्यापेक्षाही अधिक उन्नत आणि परिपूर्ण अवस्थेला जा.

या वाटेने जाताना आपल्या जीवनाचा 'ॐकार' आपणच शास्त्रज्ञाच्या वृत्तीने, तत्त्वज्ञानाच्या जिज्ञासेने आणि योग्याच्या आचारशीलतेने अभ्यासला पाहिजे. त्यासाठी प्रयोगशील झाले पाहिजे. योगासने, दीर्घश्वसन, प्राणायाम या पायऱ्यांनी पुढे जात शास्त्रशुद्ध पद्धतीने ॐकार जपला पाहिजे म्हणजेच आपले ॐकार स्वरूप व्यक्तिमत्त्व आपल्याला उमजेल. आपले मोठेपण आपल्यालाच समजेल.

साधेपणा

साधेपणात माणूस आहे तसा उठून दिसतो. आपण जसे नाहीत तसे दाखविण्यासाठी करावी लागणारी यातायात माणसाच्या मूळ रूपाला बाधा आणते. जे चकाकते ते सगळेच सोने नसते. बेंटेक्सही चमकते. पॉलिश केलेली प्रत्येक गोष्ट चमकत असते. म्हणून बेन्टेक्सला सुवर्णपद प्राप्त होत नाही, जे आहे, जसे आहे ते झळाळून व्यक्तिमत्त्व उन्नत करण्याचे काम साधेपणा करीत असतो. साधेपणाची जीवनशैली अंगीकारली तर केवळ व्यक्तिमत्त्वाचीच नव्हे तर जगण्याचीही उंची वाढेल.

आजच्या जगात भपक्याला अधिक महत्त्व प्राप्त झाले आहे. बाह्यरूपावरून अनेकदा व्यक्तीची, वस्तूची किंमत केली जाते, त्यामुळे अनेकदा फसगत होते. जाहिरातीची दुनिया मोठी अजब आहे. जाहिरातीत दाखवले जाते की, माझे कपडे साधे असल्यामुळे बुद्धिमत्ता असूनही माझी परदेशी जाण्याची संधी हुकली आणि 'ब्रॅन्डेड' कपडे घालताच हुकलेली संधी पुन्हा चालून आली. सिगारेटची जाहिरात करणारा तो मुलगा सांगत असतो, 'माझेही स्वत:चे ऑफिस असावे असे स्वप्न होते. अमुक कंपनीची सिगारेट ओढल्यामुळे ते पूर्ण झाले.' 'उँचे लोग उँची पसंद', असं म्हणत सिगारेटचा झुरका घेत तो बोलत असतो, तेव्हा मोठेपणाच्या संकल्पना परिश्रमात, साधनेत, बुद्धिमत्तेत न राहता भपक्याभोवती आणि वस्तूभोवती फिरू लागतात. बाहेर हॉटेलात जेवायला जाताना ते किती स्टार आहे, याचा आपण विचार करतो. विचित्र नावांचे महागडे पदार्थ मागवतो अन् चव नसलेल्या पदार्थांचे बिल देऊन बाहेर पडतो. मुलीसाठी तिच्या जीवनाचा साथीदार निवडताना त्याचा बंगला, गाडी, पगार या गोष्टींकडे प्राधान्याने पाहतो; पण ज्याच्याबरोबर आपल्या मुलीला आयुष्य काढायचे आहे, त्याचा स्वभाव आणि वर्तन कसे आहे, याकडे मात्र दुर्लक्ष केले जाते. व्यक्तीचे बाह्यरूप हाच आपल्या अनुमानाचा अनेकदा निकष असतो.

भव्यतेचे आणि दिव्यतेचे माणसांना वाटणारे आकर्षण स्वाभाविक असले तरी त्यामुळे साधेपणाचे मोल कमी होत नाही. अनेकदा वास्तुशिल्पाचा उत्तम नमुना असलेल्या, दिव्यांच्या लखलखाटात आणि सोन्या-चांदीच्या दागिन्यांच्या झगमगाटात न्हाऊन निघालेल्या एखाद्या मंदिरात प्रवेश केल्यानंतर आपण केवळ भारावून जातो; पण वाकून नमस्कार करावा, अशी भावना मनात येत नाही. त्यापेक्षा एखाद्या साध्या मंदिरात कसलाही डामडौल नसतानाही समईच्या प्रकाशात उजळून निघालेल्या देवाचे दर्शन घेताना मनाला प्रसन्नता वाटते आणि हात जोडले जातात. लग्नकार्यात उंची कपडे आणि दागदागिन्यांनी नटलेल्या सुंदर स्त्रियांमध्ये साधेपणाने वावरणारी एखादी विदुषी अधिक उठून दिसते. एखाद्या घराचे इंटेरिअर इतके मनमोहक आणि भारावून टाकणारे असते की, आपण घरात वास्तव्याला नसून हॉटेलात

राहायला आलो आहोत असे वाटते. घराचे घरपण तिथे जाणवत नाही. साधेपणातले सौंदर्य भावणारे असते. ते चिरंतन राहते.

साधेपणातच जीवनाची स्वाभाविकता आहे. साधेपणा हे एक मूल्य आहे. साधेपणामुळे मोठेपणाला बाधा येत नाही. मोठेपणाला झळाळी आणण्याचे काम साधेपणा करीत असतो, त्यामुळे मोठ्या माणसांचे साधेपण हा नेहमीच जगाच्या कौतुकाचा आणि औत्सुक्याचा विषय असतो.

समाजात अनेकदा आपण झकपक पोषाख करून वावरलो तरी समाजातील आपले स्थान, आपली प्रतिष्ठा अंगी असणाऱ्या गुणवत्तेवरून ठरते. स्वामी विवेकानंद भगवी वस्त्रे परिधान करून अमेरिकेत वावरले. आपल्या वक्तृत्वाने त्यांनी सर्वधर्म संमेलन जिंकले. अमेरिकेतल्या वास्तव्यात एका बैठकीत विवेकानंदांचे मोठेपण सहन न झालेला एक विद्वान म्हणाला, ‘‘यांच्या पोषाखावरून हे गृहस्थ सभ्य वाटत नाहीत.’’ त्यावर विवेकानंद म्हणाले, ‘‘तुमच्या देशात माणसाची सभ्यता कपडे शिवणारे शिंपी ठरवतात. आमच्या देशात माणसाची सभ्यता त्यांच्या चारित्र्यावरून ठरते.’’ हे एकून तो विद्वान दिङ्‌मूढ झाला.

भारतरत्न डॉ. बाबासाहेब आंबेडकर हे कलात्मक जीवन जगणारे रसिक होते. त्यांना सुंदर फाउंटन पेन्स, नवे शब्दकोश, फिरावयास जाताना हाती घ्यावयाच्या काठ्या यांचा संग्रह करणे आवडत होते. दिल्लीतील त्यांच्या निवासस्थानाला एका अंगाने राजप्रासादाचे आणि दुसऱ्या अंगाने मठीचे रूप त्यांनी दिले होते. त्यांची अभ्यासिका, स्वयंपाकघर आणि विश्रांतीची खोली अतिशय साधी होती; पण त्यांचा दिवाणखाना आणि उरलेले घर सदैव सजवलेले असे. रंगीबेरंगी फुले, अधूनमधून अत्तराचे फवारे, अंगणात मन उल्लसित करणारे कारंजे असा डामडॉल दिसे. एका पत्रकाराने डॉ. आंबेडकरांना विचारले, ‘‘बाबासाहेब, एकाच वेळी ही साधी आणि उच्च अशी दुहेरी राहणी कशासाठी?’’

त्यावर बाबासाहेब म्हणाले, ‘‘साधेपणा माझ्यासाठी! दिमाख तो माझ्या दलित बांधवांना आत्मप्रत्ययाची स्फूर्ती देण्यासाठी! आपल्यापैकी एक जण विद्येच्या बळावर अशा ऐश्वर्याचा ध्वनी होतो हे दलितांच्या ध्यानात यावे यासाठी.’’ आंबेडकरांच्या विचारांची प्रगल्भता पाहून तो पत्रकार भारावून गेला.

प्राचार्य मामा दांडेकर हे एक संपन्न व्यक्तिमत्त्व होते. अंतरी निर्मळ आणि वाचेचे रसाळ असे वारकरी होते. १९४०मध्ये मामांना संस्थेने मुंबईच्या

रुईया कॉलेजचे उपप्राचार्य म्हणून पाठवले. आपले नवे उपप्राचार्य वारकरी असल्याची बातमी विद्यार्थ्यांना माहीत झाली होती. हा वारकरी इंग्लिश कसे बोलणार, लॉजिक कसे शिकवणार अशी चर्चा सुरू होती. मामांची गंमत करण्याचे मुलांनी ठरवले. धोतर, सदरा, कोट, उपरणे, फेटा आणि कपाळावर गंध अशा वेशातले मामा वर्गात गेल्यानंतर मुले मोठ्या बेहोशीत ओरडली, "बोला पुंडलिक वरदा हरी विठ्ठल श्री ज्ञानदेव तुकाराम" हा गजर संपताच मामा शांतपणे हसत मुलांना म्हणाले, "माझ्याकडे पाहून तुम्हाला देवाचे नाव घ्यावेसे वाटत असेल, तर त्यामुळे देवालासुद्धा बरे वाटेल." हे ऐकून मुले शांत झाली. त्यानंतर विचारांची पखरण करणारे मामांचे उत्स्फूर्त इंग्रजी वक्तृत्व ऐकून विद्यार्थी त्यांचे भक्त बनले. मामांनी बाहेर जाण्यापूर्वी मुलांना सांगितले, "दिसण्यापेक्षा माणसात काहीतरी असणं महत्त्वाचं आहे, त्यासाठी समर्थ वचन लक्षात ठेवा,

'चातुर्ये शृंगारे अंतर। वस्त्रे शृंगारे शरीर।
दोहिमधे कोण थोर। बरे पाहा।।'"

ज्ञानयोगी डॉ. सर्वपल्ली राधाकृष्णन भारताचे राजदूत म्हणून रशियास गेले. कोट, धोतर आणि फेटा असा त्यांचा पेहराव पाहून पत्रकारांना गंमत वाटायची. रात्री लवकर झोपणारे, पहाटे लवकर उठणारे, शासकीय खानपान समारंभात न रेंगाळणारे आणि सतत पुस्तकात रमणारे डॉ. सर्वपल्ली स्टॅलिनच्या कुतूहलाचा विषय बनले. कोणालाही कधीही न भेटणारा स्टॅलिन दोन तास त्यांच्यापुढे एखाद्या निरागस बालकाप्रमाणे बसला आणि जाताना म्हणाला, "साधेपणातून प्रकटणाऱ्या उत्तुंगतेचे दर्शन मी तुमच्या रूपात आज पहिल्यांदा घेतले आहे." सर्वपल्ली जेव्हा भारतात परत यायला निघाले, तेव्हा त्यांचा हात हातात घेत सद्‌गदित होऊन स्टॅलिन म्हणाला, "You are the first person to treat me as a human being not as a monster." तेव्हा सर्वपल्लीही भावुक झाले.

पूर्वीच्या काळी साधेपणा, विद्वत्ता, सद्‌वर्तन आणि चारित्र्य हे प्रतिष्ठेचे निकष होते. आज हातातला मोबाईल, अंगावरचे कपडे, घातलेले दागदागिने, वापरत असलेली गाडी, ज्या परिसरात घर आहे त्या परिसराची बाजारातली किंमत, त्या व्यक्तीकडे असलेली स्थावर आणि जंगम मालमत्ता यावरून माणसाची प्रतिष्ठा ठरते, त्यामुळे रस्त्यावरून चालत जाणाऱ्या

एखाद्या विद्वानाकडे दुर्लक्ष होते आणि भरधाव महागड्या मोटारीतून जाणाऱ्या अज्ञानी माणसाकडे लोक माना वळवून पाहत राहतात.

'साधी राहणी आणि उच्च विचारसरणी' हा जीवनमंत्र मानणारे अनेक महापुरुष ही या देशाची श्रीमंती आहे. 'Simplicity is the essence of universality' असं बजावणारे आणि कमरेला केवळ पंचा गुंडाळणारे गांधीजी जगाच्या आदराचा आणि कौतुकाचा विषय होते. त्यांच्या दर्शनासाठी जनसागर उसळत असे. आनंदासाठी निर्माण केलेली पंचतारांकित संस्कृती हा सामाजिक प्रमाद आहे, असे गांधीजी म्हणत. हा प्रमाद करीत राहणे हीच आजची जीवनशैली झाली आहे.

साधेपणात माणूस आहे तसा उठून दिसतो. आपण जसे नाहीत तसे दाखविण्यासाठी करावी लागणारी यातायात माणसाच्या मूळ रूपाला बाधा आणते. जे चकाकते ते सगळेच सोने नसते. बेंटेक्सही चमकते. पॉलिश केलेली प्रत्येक गोष्ट चमकत असते. म्हणून बेन्टेक्सला सुवर्णपद प्राप्त होत नाही, जे आहे, जसे आहे ते झळाळून व्यक्तिमत्त्व उन्नत करण्याचे काम साधेपणा करीत असतो. साधेपणाची जीवनशैली अंगीकारली तर केवळ व्यक्तिमत्त्वाचीच नव्हे तर जगण्याचीही उंची वाढेल.

तो राजहंस एक

चांगले काम करणाऱ्या माणसांच्या पाठीशी अनेकदा बहुमत नसते. अशी माणसे एकटी असतात; पण एकाकी नसतात. समाजातल्या चांगल्या माणसांचे आत्मबळ त्यांच्या पाठीशी असते. त्यातून त्यांनी स्वत:चे भावबळ वाढवायचे. गदिमांच्या 'एका तळ्यात होती बदके पिले सुरेख, होते कुरूप वेडे पिलू तयात एक' या भावगीतातल्या त्या वेड्या पिलाला आपण कुरूप वेडे आहोत, असे सारखे वाटत असते; पण नंतर आपण राजहंस आहोत याची त्याला जाणीव होते.

या जगात अजातशत्रू माणूस शोधूनही सापडणार नाही. दोन प्रकारच्या शत्रूंशी लढत प्रत्येक माणसाला आपली जीवनवाट चोखाळावी लागते. पहिल्या प्रकारात मोडणारे शत्रू माणसाच्या अंतरंगात आणि मनातच असतात. काम, क्रोध, मद, लोभ, मोह आणि मत्सर हे विकार शत्रूंचीच भूमिका बजावत असतात. हे शत्रू प्रभावी झाले की, माणसाचे जीवन एका वेगळ्या वळणावर येऊन उभे राहते. आपल्यातला विवेक जागता ठेवून मार्गक्रमण करीत राहणे हाच या शत्रूंना नामोहरम करण्याचा एकमेव मार्ग असतो.

दुसऱ्या प्रकारात मोडणारे शत्रू माणसाच्या बाह्यजीवनात त्याच्या समोर आव्हाने उभी करीत असतात. या प्रकारात मोडणारे शत्रू अनेक कारणांमुळे निर्माण होत असतात.

१. समोरच्या व्यक्तीची पात्रता, गुणवत्ता आणि उत्कर्ष सहन न झाल्यामुळे निर्माण होणारे शत्रू
२. वैयक्तिक आकसापोटी निर्माण होणारे शत्रू
३. गैरसमजामुळे निर्माण होणारे शत्रू
४. हितसंबंध दुखावल्यामुळे निर्माण होणारे शत्रू
५. अकारण शत्रुत्व घेण्याची मानसिकता असल्यामुळे निर्माण होणारे शत्रू
६. हितशत्रू

या सहाही प्रकारांत पहिल्या प्रकारच्या शत्रूंची संख्या अधिक असते. या प्रकारचे गुप्त शत्रू ज्यांच्या वाट्याला येतात, त्यांनी अजिबात निराश होऊ नये किंवा शत्रूंच्या कारवायांनी खचून जाऊ नये. कारण आपण मोठे होत असल्याची ती खूण असते. आपण योग्य मार्गाने जात आहोत याचा तो संकेत असतो. या प्रकारचे शत्रू मित्रत्वाने वागत असतात; पण त्यांच्या अंतरंगात द्वेषाचा आणि मत्सराचा अग्नी प्रज्वलित झालेला असतो. माणसामाणसातल्या स्पर्धेतून या प्रकारचे शत्रू जन्माला येत असतात. दुसऱ्यांच्या चांगल्या गुणांचे मुक्त कंठाने कौतुक करण्याची किंवा व्यक्तीच्या ठायी असणाऱ्या गुणवत्तेचा सन्मान करण्याची ज्यांची मानसिकता नसते, अशी कोत्या मनोवृत्तीची माणसे अकारण गुणी आणि यशस्वी माणसांचा द्वेष करीत असतात. चांगले

काम करणाऱ्या माणसांना ते करता येऊ नये यासाठी आव्हानांच्या आणि संकटांच्या मालिका त्यांच्या मार्गात उभ्या करीत असतात. पूर्वीच्या काळी म्हटले जात असे, 'जो दुःखात सहभागी होतो तोच खरा मित्र.' ही व्याख्या बदलून 'जो तुमच्या यशात आणि आनंदात सहभागी होतो तोच खरा मित्र,' अशी व्याख्या आज करावी लागते की काय? इतकी परिस्थिती या स्पर्धेच्या युगात बदलली आहे.

या जगात जी माणसे मोठी झाली, यशस्वी झाली, लोकमान्यतेच्या शिखरावर पोहोचली, त्यांना या प्रकारच्या शत्रूंचा खूप त्रास झाला; पण या शत्रूंमुळेच त्यांचे कर्तृत्व आणि व्यक्तिमत्त्व झळाळून निघाले. संत ज्ञानेश्वर, संत तुकाराम, संत एकनाथ, येशू ख्रिस्त यांच्यासारख्या संत महात्म्यांनाही शत्रूंनी सोडले नाही; पण या शत्रूंमुळेच त्यांचे 'संतपण' अधिक उजळले. छत्रपती शिवाजी महाराजांच्या विरोधात उभे ठाकलेल्या लोकांपैकी परकीयांबरोबर अनेक जण त्यांच्या जवळचे होते, आप्त होते. महाराजांचा पराक्रम आणि मोठेपण त्यांना सहन होत नव्हते. महाराज त्यांना पुरून उरले. या सर्व शत्रूंना नेस्तनाबूत करीत त्यांनी स्वराज्याचे तोरण बांधले. पराक्रमी माणसांची मोठी शक्ती शत्रूंच्या विरोधात लढण्यास जात असली तरी त्यांच्याच कार्याची नाममुद्रा कालपटलावर उमटते.

यशस्वी माणसांची आणि महापुरुषांची लोकप्रियता आणि मोठेपण अनेक संकटांनी आणि दुःखांनी व्यापलेले असते. महापुरुषांचे चारित्र्यहनन, बदनामी आणि अपमान हा शत्रूच्या रूपातील दुर्जनांचा आवडता खेळ असतो. लोकमान्य टिळकही यातून सुटले नाहीत. अनेक तापदायक प्रकरणे त्यांची सत्त्वपरीक्षा घेऊन काळाच्या पडद्याआड गेली. सुधारकांचे अग्रणी असलेल्या गोपाळ गणेश आगरकरांच्या हयातीत त्यांचीच अंत्ययात्रा निघाल्याचे त्यांना त्यांच्या डोळ्यांनी पाहावे लागले. निर्भय सत्यशोधक असणाऱ्या महात्मा ज्योतिबा फुले यांचा मार्गही निष्कंटक नव्हता. क्रांतिज्योती सावित्रीबाई फुले यांच्यावर शाळेत जाताना चिखलफेक करणारी आणि त्यांची निंदानालस्ती करणारी मंडळी संख्येने काही कमी नव्हती. विद्येविषयी अपार आणि अव्यभिचारी जीवननिष्ठा असणाऱ्या डॉ. बाबासाहेब आंबेडकरांचा जीवन प्रवास तर खाचखळग्यांनीच भरलेला होता. दलिताचा मुलगा म्हणून केस कापण्यास नकार देणारा नाभिक, भाड्याची गाडी नाकारणारा आणि गाडीचा विटाळ

होईल म्हणून पायी चालणारा निरक्षर गाडीवान त्यांनी पाहिला होता. सुटणारे गणित फळ्यावर सोडविण्यासाठी निघालेल्या आंबेडकरांच्या मुलामुळे फळ्यामागचे आपले डबे विटाळतील या कल्पनेने विद्यार्थ्यांनी केलेला कल्लोळ त्यांनी पाहिला होता. उच्चविद्याविभूषित असतानाही बडोद्याला नोकरी करीत असताना नाउमेद करणाऱ्या घटनांनी अनेकदा त्यांचे काळीज करपून टाकले होते. मातृत्वाचा गौरव करण्याचा व्यापक धर्म शिकविणाऱ्या धोंडो केशव कर्व्यांना धर्म मार्तण्डांनी दिलेला त्रासही भयावह होता. दुरितांच्या तिमिरात दडलेली खळांची व्यंकटी ज्ञानदेवांच्या पसायदानाने तरी लोप पावली का? या सगळ्या महापुरुषांना विरोधकांशी, शत्रूंशी संघर्ष करावा लागला; पण इतिहासात अजरामर झाले ते त्यांचेच नाव. मागे राहिले ते त्यांचेच अनेक पिढ्यांना उपकारक ठरेल असे काम! त्यांच्या विरोधकांचे आणि शत्रूंचे नामोनिशाणही राहिले नाही. या थोर माणसांना विरोधकांकडून झालेला त्रास, त्यांनी पचविलेले अपमान हे पाहिल्यानंतर आपल्या छोट्याशा जीवनातील छोट्या शत्रूंकडून झालेल्या त्रासाला आपण किती कुरवाळत बसतो हे जाणवते. त्यांनी केलेल्या अपमानाला, बदनामीला अकारण किती महत्त्व देतो हे पटते. शेवटी 'आंब्याच्या झाडालाच लोक दगड मारतात' हे संस्कृतीने सांगितलेले त्रिकालाबाधित सत्य आहे. ते स्वीकारले की शांत मनाने यशाकडे वाटचाल करता येते.

वैयक्तिक आकसापोटी निर्माण झालेल्या शत्रुत्वामागे अनेकदा स्वभावभिन्नता हेही कारण असते. स्वभावभिन्नतेमुळे विचार आणि कार्यशैलीत फरक पडतो, त्यामुळे एकाच ठिकाणी बरोबर काम करणारी माणसे एकमेकांचे शत्रू होतात. अनेकदा हे शत्रुत्व इतक्या टोकाला जाते की, त्यामुळे आपण संस्थेचे आणि कामाचे नुकसान करीत आहोत याचे भान उभयतांनाही राहत नाही. स्वार्थ आणि अहंकार बाजूला ठेवल्यास या प्रकारचे शत्रुत्व टाळता येते.

गैरसमज हा एक संसर्गजन्य असा साथीचा रोग आहे. त्याला आपण किती बळी पडायचे हे प्रत्येक जाणकार माणसाने ठरवायला हवे. कानावर पडेल ते ऐकण्याची, तेच सत्य मानण्याची आणि त्यावरून निष्कर्ष काढीत निर्णय घेण्याची कूपमंडूकवृत्ती सोडली, तर या प्रकारचे शत्रुत्व वाट्याला येणार नाही.

अनेक गोष्टींमध्ये अनेकांचे हितसंबंध गुंतलेले असतात. त्यात सर्वाधिक लाभ आपल्यालाच व्हावा, असे प्रत्येकाला वाटत असते. त्यात थोडे इकडे तिकडे झाले तरी ते स्वीकारायला माणसे तयार नसतात, त्यामुळे संबंधात बाधा येऊन शत्रुत्व निर्माण होते. सुसंवाद आणि समन्वय हाच या प्रकारचे शत्रुत्व नष्ट करण्याचा एकमेव मार्ग आहे.

काहींच्या अंगात आणि रक्तात पंगा घेण्याची, भांडण्याची खुमखुमी असते. सतत संघर्षशील राहणे हा त्यांचा स्थायिभाव असतो. अशा माणसांमध्ये अकारण शत्रुत्व घेण्याची एक मनोवृत्ती तयार होते. अशी माणसे स्वतःचे आणि इतरांचेही जीवन अशांत करून टाकत असतात. अशा लोकांनी प्रयत्नपूर्वक आपली मानसिकता बदलली तर शत्रुत्व विरून जाऊ शकते.

शत्रू कधीही हित पाहत नाहीत तरीही त्यांना 'हितशत्रू' का म्हटले जाते हे एक न उलगडणारे कोडेच आहे. शत्रूंच्या कारवायांमागे आपले हित आहे, असा संस्कृतीचा उदारमतवादी दृष्टिकोन असल्यामुळे कदाचित हा शब्दप्रयोग रूढ झाला असावा. अशा शत्रूंमुळे माणूस अधिक जाणतेपणाने काम करतो आणि त्यामुळे त्याचे हित होते म्हणून हा शब्दप्रयोग आला असावा.

शत्रूला सामोरे जाताना सर्वांनाच

'धटासी आणावा धट।
उद्धटासी पाहिजे उद्धट।'

हा समर्थ विचार मानवेल असे नाही.

'नाठाळाचे माथी हाणू काठी।'

हा तुकोबारायांचा विचार झेपेल असे नाही. या सर्व प्रकारच्या शत्रूंशी लढण्यासाठी कोणते शस्त्र वापरायचे? उत्तर साधे, सोपे सरळ आहे. त्यांच्याकडे 'दुर्लक्ष करण्याचे' शस्त्र वापरायचे! त्यांना क्षमा करायची. 'क्षमा वीरस्य भूषणम' ही आपल्या संस्कृतीची शिकवण आहे. आपले काम अधिक गुणवत्तापूर्ण करून त्याचा धाक निर्माण करायचा. एकदा का ही मानसिकता स्वीकारली की मग संघर्षात वेळ आणि शक्ती जात नाही. ती शक्ती आणि वेळ विधायक कामासाठी आणि नवनिर्मितीसाठी वापरता येते.

चांगले काम करणाऱ्या माणसांच्या पाठीशी अनेकदा बहुमत नसते. अशी माणसे एकटी असतात; पण एकाकी नसतात. समाजातल्या चांगल्या माणसांचे आत्मबळ त्यांच्या पाठीशी असते. त्यातून त्यांनी स्वत:चे भावबळ वाढवायचे. गदिमांच्या 'एका तळ्यात होती बदके पिले सुरेख, होते कुरूप वेडे पिलू तयात एक' या भावगीतातल्या त्या वेड्या पिलाला आपण कुरूप वेडे आहोत, असे सारखे वाटत असते; पण नंतर आपण राजहंस आहोत याची त्याला जाणीव होते. साक्षात्कार होतो. ज्यांना हे स्वत:तले 'राजहंसत्व' समजते ते शत्रूंना कधीही महत्त्व देत नाहीत. त्यांच्यापुढे शत्रू नेहमीच निष्प्रभ ठरतात. अशा माणसांचे कर्तृत्व आणि व्यक्तिमत्त्व जगाच्या आदराचा विषय होते. ते कालपटलावर चिरकाल टिकते.

मनाचे व्यवस्थापन

आजच्या बदलत्या जीवनशैलीत सुंदर दिसणे, उंची कपडे, महागडे दागदागिने, सुगंधी द्रव्ये हा आपल्या कौतुकाचा विषय असतो; पण आपली बुद्धी ज्याच्या आदेशाचे पालन करते. त्या मनाच्या सौंदर्याकडे, सुदृढतेकडे आपण किती गांभीर्याने पाहतो, हा खरा प्रश्न आहे.

मन हा अक्षय प्रेरणास्त्रोत आहे. तो अखंड प्रज्वलित राहावा यासाठी मनावर आलेले अविचारांचे, निराशेचे आणि अगतिकतेचे सावट दूर करायला हवे म्हणूनच 'मन करा रे प्रसन्न। सर्व सिद्धीचे कारण।।' हा तुकोबांचा मंत्र लक्षात ठेवायला हवा.

मानवी मन हा अगदी प्राचीन काळापासून सर्वांच्या कुतूहलाचा विषय आहे. डोळ्याला न दिसणारे तरीही माणसांचे भावविश्व ढवळून काढणारे मन आजही संशोधकांच्या आणि अभ्यासकांच्या चिंतनाचा विषय बनून राहिले आहे. प्रत्येकाने आपापल्या परीने या मनाची उकल करण्याचा प्रयत्न केलेला आहे.

आज जीवनाच्या सर्व क्षेत्रांत व्यवस्थापन हा शब्द परवलीचा झाला आहे. कौटुंबिक व्यवस्थापन, आर्थिक व्यवस्थापन, वेळेचे व्यवस्थापन, कार्यालयीन व्यवस्थापन, भावनिक व्यवस्थापन या गोष्टी मानवी जीवनाचा अविभाज्य घटक बनल्या आहेत. माणसाचे जीवन सुखी, समृद्धी, आनंदी, प्रकाशमय, चिंतारहित आणि उत्साही राहायचे असेल, तर मनाच्या व्यवस्थापनाकडेही गांभीर्याने लक्ष दिले पाहिजे.

आज आपण सारेच एका गतिमान युगाला सामोरे जात आहोत. अस्तित्वासाठीचा संघर्ष तीव्र झालेला आहे, त्यामुळे सर्वांच्याच मनावर ताण आहे. अगदी शालेय विद्यार्थ्यांचीही या ताणातून सुटका झालेली नाही. माणसांनी आकाशाला गवसणी घालण्याचे स्वप्न जरूर पाहायला हवे; पण ते पाहत असताना स्वतःच्या मर्यादांची जाणीव ठेवून पावले उचलायला हवीत. कशासाठी धावायचे, किती धावायचे या गोष्टी स्वतःला स्पष्ट करून सांगितल्या पाहिजेत. ऐश्वर्यसंपन्न आणि सुखी, समृद्धी जीवनासाठी करावी लागणारी यातायात तितकीच महत्त्वाची आहे; पण त्यापलीकडे जाऊन जगणे नावाची जी गोष्ट आहे तिचाही अर्थ उमगला पाहिजे. वस्तूंमध्ये सुख शोधता आले असते, तर या जगात कोणीच दुःखी राहिले नसते.

आपल्या जगण्याची व्याख्या प्रत्येकाला स्पष्ट करता आली, तर मनाच्या योग्य व्यवस्थापनाच्या दिशेने उचललेले ते पहिले महत्त्वाचे पाऊल असेल. दुसऱ्याशी तुलना न करता मी जगणार ते या पद्धतीने ही गोष्ट एकदा स्पष्ट झाली की, माणसाच्या मनावरचे खूप ताण कमी होतात. तो अधिक मोकळा होतो, त्यामुळे अशी माणसे आवडीची कामे खूप उत्साहाने करतात. आयुष्याचा प्याला भरलेला आहे की रिकामा आहे याचा विचार करण्यापेक्षा जीवन प्यालात असणारा प्रत्येक थेंब शोषून घेण्याची उत्कंठा असणारे निरोगी मन आपण तयार करायला हवे.

मनाच्या व्यवस्थापनातली दुसरी पायरी म्हणजे आपले प्राधान्यक्रम ठरविणे. हे अत्यंत तातडीचे, हे नंतर करता येण्यासारखे, हे काही कालावधीनंतर केले तरी चालण्यासारखे, हे करण्याची आवश्यकताच नाही अशा चार प्रकारांत महत्त्वपूर्ण कामांची विभागणी केली की, कामाची दिशा स्पष्ट होते. कोणत्या गोष्टी अगोदर करायच्या, कोणत्या नंतर याचे ठोकताळे बांधता येतात. त्यानुसार मनात विचारचक्रे सुरू राहून निर्णय घेता येतात. हे सारे करीत असताना नेहमी ठरविल्याप्रमाणे घडेल असे नाही. आयुष्यात वाट्याला येणारी प्रत्येक गोष्ट एक अनुभव म्हणून स्वीकारण्याची मानसिकता तयार केली की, संकटात आणि कठीण प्रसंगातही माणसांचे मनोधैर्य खचत नाही.

अनेकदा आपल्या बोलण्याचा सूर असा असतो की, मनात आणले तर मी काहीही करू शकतो. मनात आणले तर असाध्य ते साध्य होऊ शकते. एवढी कसली ताकद या मनात आहे? मनाच्या सागरात भावनांच्या आणि विचारांच्या असंख्य लाटा उसळत असतात. हे विचार चांगले असतील, तर व्यक्ती चांगले कार्य करण्यासाठी प्रवृत्त होत असतात. आपण ज्या पद्धतीने विचार करतो त्यानुसार आपली बुद्धी आणि कर्मेंद्रिये कार्य करीत असतात, त्यामुळे मनात नेहमी सकारात्मक विचारांची आरास मांडली पाहिजे.

कोणतेही काम यशस्वी होण्यासाठी ते मन:पूर्वक करावे लागते. एखाद्या कार्यासाठी सिद्ध होताना मनाची संपूर्ण तयारी हा मनाच्या व्यवस्थापनातला एक महत्त्वाचा भाग आहे. जसे शरीर थकते तसे मनही थकत असते. नुसत्या झोपेमुळे शरीराला विश्रांती मिळू शकते; पण झोपेतही मन जागेच असते. मनाची विश्रांती अनेक गोष्टीतून साधता येते. बहरलेले वृक्ष, खळाळणारे जलप्रवाह, निसर्गातील नानाविध रंगांची उधळण आणि पशुपक्ष्यांच्या दर्शनानेही मन प्रसन्न होऊ शकते त्याला विश्रांतीही मिळते. आहारातून मिळणारी जीवनसत्त्वे शरीराच्या पोषणासाठी आवश्यक असतात. केवळ अन्नातून मिळणारी जीवनसत्त्वे जीवनासाठी पुरेशी नसतात. ती चांगल्या विचारांतून, पुस्तकांतून, कलेच्या आस्वादातून, जोपासलेल्या छंदांतून, मनमुराद गप्पांतून, मनसोक्त केलेल्या पर्यटनातून आणि कामात केलेल्या बदलातूनही मिळत असतात. अशा सत्त्वांवरच मनाचे भरणपोषण होत असते. त्यासाठी मनाला कधी मुंगी तर कधी पाखरू होता आले पाहिजे. यशस्वी मन व्यवस्थापनाचा तो एक महत्त्वाचा भाग असतो.

आजच्या बदलत्या जीवनशैलीत सुंदर दिसणे, उंची कपडे, महागडे दागदागिने, सुगंधी द्रव्ये हा आपल्या कौतुकाचा विषय असतो; पण आपली बुद्धी ज्याच्या आदेशाचे पालन करते. त्या मनाच्या सौंदर्याकडे, सुदृढतेकडे आपण किती गांभीर्याने पाहतो, हा खरा प्रश्न आहे.

मन हा अक्षय प्रेरणास्रोत आहे. तो अखंड प्रज्वलित राहावा यासाठी मनावर आलेले अविचारांचे, निराशेचे आणि अगतिकतेचे सावट दूर करायला हवे म्हणूनच 'मन करा रे प्रसन्न। सर्व सिद्धीचे कारण।।' हा तुकोबांचा मंत्र लक्षात ठेवायला हवा.

मन करा रे प्रसन्न

आपल्या उदास होण्याचे मूळ अनेकदा आपल्या विचार करण्याच्या पद्धतीत असते. ती विचारांची पद्धत बदलली आणि उदास विचारांचे निर्माल्य रोजच्या रोज काढून टाकता आले, तर मनाचा देव्हारा नेहमीच प्रसन्न राहील. अशा प्रसन्न देव्हाऱ्यात मनोकामनांची मनोभावे पूजा करता येईल आणि आयुष्यात सारे काही आनंदाने मनासारखे करता येईल.

आपण सहजपणे बोलून जातो, 'आज माझा अजिबात मूड नाही, त्यामुळे ही गोष्ट मी करणार नाही.' 'त्या दिवशी आमच्या घरात कुणाचाच मूड नव्हता, त्यामुळे सगळेच शांत होते.' 'सध्या ऑफिसात साहेबांचा मूड ठीक नाही, त्यामुळे एक काम धड होत नाही.' 'तो किंवा ती खूप 'मूडी' आहे. कोणत्या क्षणी कसा वागेल किंवा कशी वागेल, सांगता येत नाही.' 'आपण त्यांना भेटायला जातो आहोत खरे; पण त्यांचा मूड चांगला असेल, तर ठीक नाहीतर काही खरे नाही.' स्वतःच्या घरातील माणसांचा, मित्रांचा, ऑफिसमधील सहकाऱ्यांचा मूड हा नेहमी आपल्या चर्चेचा विषय असतो; कारण या सर्व संबंधित लोकांच्या मूडवर आपला मूड कसा राहणार, हे ठरत असते.

माणसाचा मूड हा श्रावणातील वातावरणासारखा सतत बदलत असतो. क्षणभरापूर्वी असणारी मनाची प्रसन्नता एकदम नाहीशी होते आणि त्या प्रसन्नतेची जागा उदासीनता घेते, असे घडण्यामागे अनेक कारणं असतात. कधी कधी नकोशी असणारी माणसं आकस्मिकपणे समोर आली की, काही माणसांचा मूड जातो. एखाद्या ठिकाणी आपण मोठ्या उत्साहाने अनेक अपेक्षा ठेवून जातो आणि तेथील अजिबात अपेक्षित नसलेले वातावरण पाहून आपला मूड जातो. गप्पांच्या ओघात आपण सहज एखादी गोष्ट बोलून जातो आणि जेव्हा त्या बोलण्याचा विपर्यास करून समोरचा माणसू भलताच अर्थ काढतो, तेव्हा अनेकांचा मूड जातो. आयुष्यात काही घटना, प्रसंग असे घडलेले असतात की, त्याच्या जखमा, व्रण वर्षे लोटली तरी ताज्या असतात. दैनंदिन आयुष्यातील एखाद्या प्रसंगात कारण नसताना त्या जुन्या घटना, प्रसंगांना आणि आठवणींना उजाळा मिळतो आणि मन खिन्न होते. खूप निराश वाटायला लागते. अनेकदा अनेकांना इतरांना मिळालेले यश पाहून उदास वाटते. आपल्याकडे बुद्धिमत्ता, गुणवत्ता, हुशारी आणि कष्ट करण्याची तयारी असतानाही यश मिळाले नाही आणि समोरच्या सुमार माणसाला त्याचा वकूब बेताचा असतानाही लायकीपेक्षा जास्त यश मिळाले, हादेखील अनेकांच्या उदासीनतेचा विषय असतो. अनेकदा मन उदास व्हावे, असे काहीही घडलेले नसते, तरीही निराशेच्या ढगांनी मन भरून गेलेले असते. कारण नसताना एकटे

वाटत असते. गहिवरून येत असते. प्रसन्नतेची आणि निराशेची ही झुळूक मनाच्या अंगणात सतत येत-जात असते. प्रत्येक माणसाच्या वाट्याला हा खेळ येतच असतो. मन प्रसन्न असले की, माणसाचा मूड छान असतो. मन उदास आणि खिन्न असले की, त्याचा कशातच मूड लागत नाही. त्या क्षणी मनात निर्माण होणाऱ्या या भावनांचे व्यवस्थापन करणे, ही खूप महत्त्वाची गोष्ट आहे; कारण सतत उदास असणारे मन निराशेच्या गर्तेत कधी ढकलले जाईल, हे सांगता येत नाही.

प्राप्त परिस्थितीचा खेळकरपणे स्वीकार करण्याची मानसिकता त्या व्यक्तीच्या ठायी असेल, तर उदासीनतेचे मळभ फार काळ टीकून राहत नाही. घरातील, नात्यातील, मैत्रीतील, ऑफिसातील माणसांचे स्वभाव आणि सवयी बदलणे शक्य नाही; कारण तो त्यांचा मूळ स्वभाव आहे. अशा परिस्थितीत त्यांच्याबरोबर संवाद साधण्यासाठी आणि त्या संवादाचे सुसंवादात रूपांतर करण्यासाठी मला झेपेल, मानवेल आणि रुचेल असा करण्याची वृत्ती अंगीकारली, तर जगण्यात आणि काम करण्यात आनंद वाटायला लागेल. अनेकांना असे करणे म्हणजे तडजोड, माघार घेणे, असेही वाटण्याची शक्यता नाकारता येत नाही; पण सततच्या संघर्षातून निर्माण होणारे ताणाचे ओझे घेऊन जगायचे की मनाचा टवटवीतपणा टिकवत आनंदी जगायचे, यातील दुसरा पर्याय अधिक सोपा आणि जीवनाला अर्थपूर्णता देणारा असतो. अनेकदा शांतपणे, गंभीरपणे आणि त्रयस्थपणे विचार केल्यानंतर जाणवते की, ज्या गोष्टींसाठीच्या संघर्षात आपण शक्ती आणि वेळ घालवतो, ते किती बिनमहत्त्वाचे आहेत. ज्या वेळी एखाद्या गोष्टीमुळे मन उदास होते, तेव्हा त्या खिन्नतेचा लेखाजोखा मनातल्या मनात मांडण्याची सवय मनाला लावली पाहिजे. या खिन्नतेची कारणे कोणती? त्यातील माझ्याशी निगडित कारणांची यादी मोठी असेल, तर या खिन्नतेला मीच जबाबदार आहे, मीच स्वतःत बदल केला पाहिजे. या उदासीनतेची कारणे इतरांच्या बोलण्याशी, वागण्याशी निगडित असतील, तर जीवनाचा एक पैलू म्हणून त्यांचा स्वीकार करून स्वतःच्या उदासीनतेचे विसर्जनही करायला शिकले पाहिजे.

काही माणसे सतत उदास असतात, ती इतरांबरोबर स्पर्धा करण्याच्या वृत्तीमुळे. आपल्यापुढे कोणीही जाऊ नये, याचा ताण घेऊन अशी माणसे जगत असतात. आपले पद, यश कुणीतरी हिरावून नेईल, या भावनेने ती

कायम अस्वस्थ असतात. त्यांना इतरांचे यश, त्यांचे पुढे जाणे सहन होत नाही. या असूयेला वयोमानाचे बंधन नसते. ही असूया माणसांच्या मनात खिन्नता निर्माण करीत असते. अशा माणसांनी एक गोष्ट लक्षात ठेवायला हवी की, गुणवत्ता ही अशी एकमेव गोष्ट आहे की, जी कोणीही कोणापासून हिरावून घेऊ शकत नाही. एकदा एका चिमणीने मधमाशीला विचारले, ‘‘तू इतकी मेहनत घऊन मध बनवतेस आणि कृतघ्न माणसे तो मध तुझ्यापासून हिरावून नेतात. तुला या गोष्टीचे वाईट वाटत नाही का?’’ यावर मधमाशीने दिलेले उत्तर खूप महत्त्वाचे आहे. ती म्हणाली, ‘‘माणसे फक्त मी बनवलेला मध घेऊन जातात; पण मध बनवण्याची माझी कला ते हिरावून घेऊ शकत नाहीत.’’ इतरांशी तुलना करण्यापेक्षा आपल्या बलस्थानांवर आणि सामर्थ्यावर लक्ष केंद्रित करून न्यूनत्वावर मात करण्याची वृत्ती तयार केली, तर नैराश्याला अजिबात थारा मिळणार नाही.

एका आश्रमात एक शिष्य गुरुकुल पद्धतीने शिकत असतो. शिक्षण संपताच गुरुदक्षिणा द्यायच्या वेळी त्याला गुरुजींची परीक्षा घेण्याचा मोह अनावर होतो. तो एक फुलपाखरू पकडतो आणि हाताच्या मुठीत बंद करतो. तो गुरुजींना विचारतो, ‘‘माझ्या हातातील वस्तू जिवंत आहे की मृत आहे?’’ ती वस्तू जिवंत आहे, असे उत्तर गुरुजींनी दिले, तर ते फुलपाखरू मारून टाकायचे आणि गुरुजींनी ती वस्तू मृत आहे, असे उत्तर दिले, तर फुलपाखराला सोडून द्यायचे, असे त्याने ठरविलेले असते; पण गुरुजी हुशार असतात. ते उत्तर देतात, ‘‘या प्रश्नाचे उत्तर तुझ्याच मनात आणि हातात आहे.’’

आपल्या उदास होण्याचे मूळ अनेकदा आपल्या विचार करण्याच्या पद्धतीत असते. ती विचारांची पद्धत बदलली आणि उदास विचारांचे निर्माल्य रोजच्या रोज काढून टाकता आले, तर मनाचा देव्हारा नेहमीच प्रसन्न राहील. अशा प्रसन्न देव्हाऱ्यात मनोकामनांची मनोभावे पूजा करता येईल आणि आयुष्यात सारे काही आनंदाने मनासारखे करता येईल.

बोला चांगभलं!

आपण ज्या वातावरणात वाढतो, त्या वातावरणाचा परिणाम आपल्या व्यक्तिमत्त्वावर होत असतो. आपल्या आसपास सतत नकारात्मक विचार करणारी माणसे असतील, तर आपली मानसिकताही तशीच होते. त्यातून सतत निराशावादी विचार करण्याची, न्यून शोधत राहण्याची वृत्ती तयार होते. ती आपल्या यशाच्या वाटचालीतील मोठा अडसर ठरू शकते.

आपल्या दैनंदिन जीवनात आशेचे आणि निराशेचे क्षण येत असतात आणि जात असतात. निराशेच्या क्षणी कोणाचीही मानसिक अवस्था मोठी विचित्र असते. आता चांगले काही घडणारच नाही, अशा विचारांच्या लाटा मनाच्या अंतरंगात उमटत असतात. पराकोटीची संवेदनशील अथवा भावनिक झालेली माणसे या निराशेपोटी स्वतःला संपविण्याचा अघोरी मार्ग अवलंबतात. दैनंदिन जीवनात घडणाऱ्या घटनांकडे पाहण्याची आपली मानसिकता आशावादी आहे की निराशावादी आहे, हे प्रत्येकाने तपासून पाहिले पाहिजे.

आपण ज्या वातावरणात वाढतो, त्या वातावरणाचा परिणाम आपल्या व्यक्तिमत्त्वावर होत असतो. आपल्या आसपास सतत नकारात्मक विचार करणारी माणसे असतील, तर आपली मानसिकताही तशीच होते. त्यातून सतत निराशावादी विचार करण्याची, न्यून शोधत राहण्याची वृत्ती तयार होते. ती आपल्या यशाच्या वाटचालीतील मोठा अडसर ठरू शकते.

साधे उदाहरण घ्या. एखादा मुलगा एखाद्या विषयात नापास होतो, तेव्हा त्याच्या नापास होण्याची चर्चा होते. खरेतर सहा विषयांपैकी पाच विषयांत तो पास झालेला असतो आणि एकाच विषयात तो नापास झालेला असतो. पाच विषयांत तो पास झालेला आहे, या सकारात्मक गोष्टीकडे पाहून जेव्हा त्याच्या एका विषयात नापास होण्याविषयी विचार होईल, तेव्हाच त्याच्या त्या विषयातील अपयशांची कारणे शोधता येतील. चार वेळा प्रयत्न करून दुसऱ्याला गणित सुटले, तर आठ वेळा प्रयत्न करणारा जास्त महत्त्वाचा; कारण तोच खरा जिद्दी असतो, न थकता प्रयत्न करणारा असतो. अशा भूमिकेतून पाहण्याची दृष्टी जेव्हा विकसित होईल, तेव्हा माणूस आपोआपच सकारात्मक विचार करायला लागेल.

आशावादी माणसे आयुष्यात आलेल्या छोट्याशा वादळाने किंवा अपयशाने कधीही खचून जात नाहीत. उलट कठोर आत्मपरीक्षण करताना अशी माणसे पुढील प्रश्नांचे चिंतन करतात.

- या अपयशाची संभाव्य कारणे कोणती?
- यातून बाहेर पडण्याचे संभाव्य मार्ग कोणते?
- हा मार्ग मला जास्त सोपा आणि महत्त्वाचा वाटतो.
- आता मी पूर्ण तयारीनिशी प्रयत्न करणार आहे.

या पद्धतीने विचार करणारी, शिस्तबद्ध निर्णय घेणारी माणसे फिनिक्स पक्ष्याप्रमाणे राखेतून आकाशाकडे झेपावतात. आयुष्यात सर्व प्रकारच्या प्रतिकूलतेवर मात करीत यशाची गुढी उभारतात.

काही माणसांना इतरांविषयी नकारात्मक बोलण्याची सवय असते. या जगात जी माणसे कर्तृत्वाने मोठी झाली, त्यांच्या यशाचे गमक शोधताना एक समान सूत्र सापडते, ते म्हणजे इतरांच्या नकारात्मक गोष्टींची चर्चा करण्यात त्यांनी आपला सकारात्मक वेळ कधीही वाया घालवला नाही. आपल्याकडे, 'निंदकाचे घर असावे शेजारी,' असे म्हटले जाते. त्यांच्या निंदेतूनही एखादी सकारात्मक गोष्ट कशी शोधता येईल, याचा विचार करायला हवा.

फिलॅमेंटचा शोध लावणाऱ्या एडिसनचे उदाहरण बोलके आहे. फिलॅमेंटसंदर्भातील त्यांचे संशोधन सुरू होते. संशोधनात रममाण झाल्यामुळे त्यांचे घराकडे लक्ष नव्हते. पत्नी आणि मुले एकाकी पडली होती. एडिसनला संशोधनात यश मिळत नव्हते. आर्थिक ओढाताणीमुळे वैतागलेली पत्नी त्यांना म्हणाली, "या संशोधनापायी तुम्ही घरादाराला वेठीस धरले आहे, तरीही तुम्हाला यश येत नाही. तुमचे डोके आहे का खोके," असं बोलल्यावर दुसरा कोणताही नवरा खूप चिडला असता; पण डोके की खोके?' एवढाच संदर्भ लक्षात ठेवत एडिसन हसत म्हणाले, 'आय गॉट इट.' त्यांनी आपल्या पुढचा प्रयोग खोक्यात म्हणजे निर्वातात केला आणि जगाला प्रकाशमान करणाऱ्या दिव्याचा शोध लागला. एडिसनने पत्नीच्या बोलण्याकडे सकारात्मक भावनेने पाहिले नसते, तर हे घडले असते का? सकारात्मक दृष्टीने जीवनाकडे पाहिले, तर कधीच नैराश्य येणार नाही म्हणूनच 'बोला चांगभलं!'

जॅक ऑफ ऑल

'जॅक ऑफ ऑल अँड मास्टर ऑफ नन' असे गमतीने म्हटले जाते; पण अनेकविध विषयांत आणि क्षेत्रांत प्रभुत्व असणारी बुद्धिवंतांची ही मांदियाळी पाहिल्यावर आपण अचंबित होतो. ही माणसे असामान्य आणि आपण अतिसामान्य असे म्हणत आपण पळवाटा शोधतो आणि स्वतःचीच फसवणूक करून घेतो. या माणसांचा प्रवास सामान्याकडून असामान्याकडे झाला हे आपण सोयीस्करपणे विसरतो. या जगात कोणतीही गोष्ट सहजसाध्य नाही हे जितके खरे तितकीच ती असाध्य नाही हेही तितकेच खरे. गरज आहे ती ठोकळेबाज मानसिकता बदलण्याची. सतत नवे काही तरी शिकत राहण्याची ऊर्मी जपण्याची.

राष्ट्रपती असताना डॉ. ए.पी.जे. अब्दुल कलाम यांना आयआयटीमध्ये एका कार्यक्रमासाठी निमंत्रित करण्यात आले होते. कार्यक्रमानंतर विद्यार्थ्यांशी संवाद साधणे ही डॉ. कलाम यांना अतिशय आवडणारी गोष्ट. प्रश्नोत्तराच्या कार्यक्रमात एका विद्यार्थ्याने त्यांना विचारले, ''आपण इंजिनिअर आहात. आपण कविताही उत्तम करता. या दोन परस्परविरोधी असणाऱ्या गोष्टी एकाच माणसाला कशा काय साध्य होतात?''

त्यावर डॉ. कलाम यांनी दिलेले उत्तर खूप महत्त्वाचे आहे. ते म्हणाले, ''यात आश्चर्य वाटण्यासारखे काहीच नाही. इंजिनिअरने कविता लिहू नये, असे कोणी सांगितलेले नाही. कवीने इंजिनिअरिंग समजून घेण्याची उत्सुकता दाखवली, तर त्यात गैर काय आहे? मला दोन्ही गोष्टी आवडतात. माझे इंजिनिअरिंगच्या क्षेत्रातले ज्ञान आणि माझी कविता ज्या ठिकाणी intersect होतात तो नेहमीच माझ्यासाठी नव्या सर्जनाचा आरंभबिंदू point of creativity राहिलेला आहे.

आज आपण आपल्या व्यक्तिमत्त्वाभोवती बांध घालून घेतले आहेत, त्यामुळे जे इंजिनिअर आहेत, त्यांनी साहित्य का वाचायचे? जे डॉक्टर आहेत त्यांनी संगीत का ऐकायचे? जे वास्तुशास्त्रविशारद आहेत त्यांचा आणि नाटकाचा संबंध काय? संगणक अभियंत्याला बांधकाम शास्त्र माहीतच असले पाहिजे का? वाणिज्य शाखेच्या विध्यार्थ्यांना मराठी व्याकरण समजलेच पाहिजे का? कलाशाखेला शिकणाऱ्यांना न्यूटनच्या गतिविषयक नियमांची संकल्पना समजणे गरजेचे आहे का? असे प्रश्न अकारण उपस्थित करतो. जीवनाला समृद्ध करणाऱ्या सर्व ज्ञानक्षेत्रांविषयी प्रत्येकाला उत्सुकता वाटायला काय हरकत आहे? याचा विचार केला पाहिजे.''

परीक्षेत चमकणाऱ्या मुलांचे अनेकदा अभ्यास, पुस्तके आणि परीक्षा एवढेच विश्व असते. त्याखेरीज त्यांना काहीही माहीत नसते. अनेकदा मेरीटमध्ये येणाऱ्या मुलांच्या बायोडाटामध्ये हॉबिज या सदरात वाचन असे लिहिलेले असते; पण प्रत्यक्ष मुलाखतीच्या वेळी 'तुझ्या आवडत्या लेखकाचे नाव काय? त्या लेखकाची तू वाचलेली पुस्तके कोणती?' या प्रश्नावर मात्र त्यांना मौन बाळगण्याखेरीज पर्याय नसतो. अभ्यासासाठी

नेमून दिलेली पुस्तकेच वाचायची. इतर गोष्टींशी माझा काय संबंध, अशी वृत्ती ठेवायची, त्यामुळेच व्यक्तिमत्त्वाची खूप हानी होते. जीवन सर्वांगाने समजून घेण्याची जिज्ञासा प्रत्येकात असली पाहिजे.

काही वर्षांपूर्वी परीक्षेतील गुण म्हणजेच गुणवत्ता आणि हुशारी असे समीकरण होते. आज परिस्थिती बदलली आहे. आजच्या स्पर्धेच्या युगात परीक्षेतल्या गुणांपेक्षाही तुमचे व्यक्तिमत्त्व बहुआयामी असेल, तर सर्वच क्षेत्रांत तुमचा वाट्याला येणाऱ्या संधी अधिक असतात. त्यासाठी मळलेल्या वाटांनी जाण्याची मानसिकता सोडून दिली पाहिजे. आज आपण ज्ञानशाखांचे कप्पे करून टाकले आहेत. एका कप्प्याचा दुसऱ्याशी संबंध नाही, त्यामुळेच एकांगी व्यक्तिमत्त्वाची माणसे सर्वत्र अधिक संख्येने दिसतात. बहुआयामी व्यक्तिमत्त्वाची माणसे अभावानेच दिसतात. हे चित्र बदलण्यासाठी साचेबंदपणाचा पारंपरिक स्वभाव सोडून दिला पाहिजे. क्रमिक पुस्तका इतकेच जीवनाचे पुस्तकही मनोभावे वाचले पाहिजे.

विनोबा भावे यांच्या आश्रमात एक विद्वान गृहस्थ आले होते. ते विनोबांना म्हणाले की, मी विद्वान असूनही मला कोणी विद्वान म्हणत नाही. त्यावर विनोबा हसून म्हणाले, ''चला आपण आमच्या बागेत जाऊन बागकाम करू या.'' ते विद्वान म्हणाले, ''मी विद्वान आहे माळी नाही.'' त्यावर विनोबा म्हणाले, ''आज आमचा आचारी आला नाही. आपण स्वयंपाक करू या.'' त्यावर तो विद्वान म्हणाला, ''मी आचार्य आहे आचारी नाही.'' त्यावर विनोबा म्हणाले, ''तुम्ही विद्वान आहात; पण जगण्यासाठी आवश्यक असलेली एकही कला तुमच्याकडे नाही. तुमच्या विद्वत्तेचा काय उपयोग? खऱ्या ज्ञानी माणसाला जीवनाचे कोणतेही क्षेत्र वर्ज्य असता कामा नये.''

ज्यांच्या नावे गेली ११२ वर्षे नोबेल पुरस्कार दिला जातो, ते आल्फ्रेड नोबेल यांनी डेटोनेटरचा शोध लावला. ते स्वतः कवी आणि साहित्याचे अभ्यासक होते. त्यानी तत्त्वज्ञानाचा अभ्यास करून अनेक गृहीतकेही मांडली. हिवतापाच्या प्रसाराचे रहस्य उलगडणारे नोबेल पुरस्कार प्राप्त रोनाल्ड रोस हे नुसते डॉक्टर किंवा संशोधक नव्हते, तर ते उत्तम गणिती होते. ते चांगले कवी, नाटककार आणि लेखक होते. एवढेच नवे तर उत्तम संगीतकार आणि चित्रकारही ते होते. आध्यात्मिक क्षेत्रात सर्वोच्च स्थानावर पोचलेल्या मीरा रिचर्ड (मदर) या उत्तम टेनिसपटू होत्या त्या वनस्पतिशास्त्राच्या जाणकार होत्या. प्राणी सृष्टीतील संभाव्य परिवर्तन हा

त्यांच्या संशोधनाचा विषय होता. त्या चित्रकार आणि संगीततज्ज्ञ होत्या, लोकमान्य टिळकांचे गणिताप्रमाणेच मराठी व्याकरण आणि संस्कृत यांवरही प्रभुत्व होते. अष्टपैलू हा शब्दसुद्धा ज्यांच्यासाठी थिटा पडावा, अशी या प्रज्ञावंतांची कितीतरी उदाहरणे देशात आणि जगभरात आपल्याला दिसतात.

'जॅक ऑफ ऑल अँड मास्टर ऑफ नन' असे गमतीने म्हटले जाते; पण अनेकविध विषयांत आणि क्षेत्रांत प्रभुत्व असणारी बुद्धिवंतांची ही मांदियाळी पाहिल्यावर आपण अचंबित होतो. ही माणसे असामान्य आणि आपण अतिसामान्य असे म्हणत आपण पळवाटा शोधतो आणि स्वतःचीच फसवणूक करून घेतो. या माणसांचा प्रवास सामान्याकडून असामान्याकडे झाला हे आपण सोयीस्करपणे विसरतो. या जगात कोणतीही गोष्ट सहजसाध्य नाही हे जितके खरे तितकीच ती असाध्य नाही हेही तितकेच खरे. गरज आहे ती ठोकळेबाज मानसिकता बदलण्याची. सतत नवे काही तरी शिकत राहण्याची ऊर्मी जपण्याची.

वारी आणि जीवन

वारी हा पाहण्याचा किंवा ऐकण्याचा विषय नाही. अनुभूतीच्या पातळीवर वारीचे जे दर्शन घडते ते माणसांना जीवनाचे व्यवस्थापन कसे करावे याचे मार्गदर्शन करते. 'ध्येय हेच पंढरपूर' आणि 'प्रयत्नांची पराकाष्ठा' हीच वारी समजून वाटचाल केली तर 'यशाचा पांडुरंग' भेटल्याशिवाय राहणार नाही म्हणूनच 'होय होय वारकरी। पाहे पाहे रे पंढरी।' असे संतांनी म्हटले आहे. वारीतले हे आदर्श व्यवस्थापन पाहिल्यानंतर मुंबईच्या डबेवाल्यांप्रमाणे वारीचाही 'सिक्स सिग्मा'साठी विचार व्हायला काय हरकत आहे, असे वाटते.

पावसाळा सुरू झाला की, जून-जुलै मध्ये पालख्यांचे वेध लागतात. दिंड्या, पताका घेऊन मुखाने ज्ञानोबा-तुकोबांचा आणि सर्व संतांना प्रिय असणाऱ्या विठ्ठलाचा गजर करीत वारकरी पंढरीच्या दिशेने निघतात. महाराष्ट्रातला अलौकिक असा हा वारीचा सोहळा जगाच्या कौतुकाचा, अभ्यासाचा आणि कुतूहलाचा विषय बनलेला आहे, त्यामुळे वारी अनुभवण्यासाठी दर वर्षी परदेशी पाहुणे येत असतात. गेल्या काही वर्षांत डॉक्टर्स, इंजिनिअर्स, आयटी क्षेत्रातील मंडळी, कार्पोरेट क्षेत्रातले आणि सरकारी अधिकारी तसेच उच्चशिक्षितांचा वारीतला सहभाग वाढतो आहे. उत्कृष्ट व्यवस्थापनाचा उत्तम वस्तुपाठ म्हणून वारीकडे पाहायला हवे. अगदी शिस्तीने पन्नास माणसे एकत्र निघाली तरी गोंधळ होतो. मग ही हजारो माणसे एवढ्या शिस्तीत कसा काय प्रवास करतात? 'विठ्ठल' नावाचे ध्येय कसे गाठतात? यासाठी वारीतले व्यवस्थापन जाणकारांनी अभ्यासले पाहिजे. वारीतल्या यशस्वी व्यवस्थापनाचे गमक पुढील सूत्रात सापडते.

स्वयंस्फूर्त सहभाग

कोणतेही निमंत्रण न देता, एसएमएस न करता, मेल न पाठवता, मिस् कॉल न देता, व्हॉट्सअॅपवर चॅट न करता लाखो वारकरी एकाच वेळी एकाच ठिकाणी जमा होतात. आळंदी ते पंढरपूर आणि देहू ते पंढरपूर हा प्रवास अतिशय शिस्तबद्धरितीने करतात. हा त्यांचा सहभाग स्वयंस्फूर्त असतो, त्यामुळे उत्साहात ते ध्येय गाठण्यासाठी वाटचाल करीत असतात.

अचूक नियोजन

दिंडीचा एक कार्यक्रम निश्चित केलेला असतो. पालखी निघण्यापूर्वी जेव्हा माउलींच्या पादुकांची पूजा केली जाते, तेव्हा पालखी निघण्याची वेळ झाली आहे हे समजण्यासाठी पाच-दहा मिनिटांच्या अंतराने तीन वेळा कर्णा होतो. पहिला कर्णा झाला की, वारकारी निघण्याच्या तयारीला लागतात. सामानाची आवराआवर होते. दुसरा कर्णा होतो, तेव्हा सर्व जण पालखी सोहळ्यात सहभागी होतात. तिसरा कर्णा झाला की, पालखी निघते. काही

अंतर चालले की विसावा घेतला जातो. अर्ध्या तासाच्या विश्रांतीनंतर पुन्हा वाटचाल सुरू होते. दुपारच्या विश्रांतीसाठी पालखी थांबते, तेव्हा तिथेच भोजनाची व्यवस्था केलेली असते. भोजनानंतर विश्रांती घेऊन वारी चालून पुन्हा विसाव्यासाठी थांबते आणि सूर्यास्ताच्या सुमाराला मुक्कामाच्या ठिकाणी पोहोचते. हे नियोजन इतके अचूक असते की, व्यवस्थापन शास्त्राच्या जाणकारांनी तोंडात बोट घालावे.

स्वयंशिस्त

एरवी सार्वजनिक आणि नागरी जीवनात अभावानेच दिसणारी स्वयंशिस्त वारीत आपला वेगळा ठसा उमटवून जाते. नियोजनातल्या क्रमाची घडी कुठेही विस्कटताना दिसत नाही. शे पाचशे किंवा हजार लोकांची व्यवस्था करणे तुलनेने सोपे असते; पण जिथे लक्षावधी लोक सहभागी झालेले असतात, तिथेच व्यवस्थापनाचा खरा कस लागतो; पण स्वयंशिस्तीमुळे नियोजन कोलमडत नाही.

समूहभावना

वारी हे एकात्म आणि समूह भावनेचे उत्तम उदाहरण आहे. वर्षभर आपण 'मी' म्हणून जगत असतो. वारीत सहभागी होताना 'मी' विसरावा लागतो. 'मी'चे 'आम्ही'त रूपांतर करून वारी माणसांमध्ये समूह भावना निर्माण करते. माणसाला व्यापक आणि प्रसरणशील बनविते. मानव ही जात आणि मानवता हा धर्म हा विचार घेऊन एकात्म भावनेने वारकरी वारीत सहभागी झालेले असतात. गरीब-श्रीमंत, लहान-मोठा, सुशिक्षित-अशिक्षित असा कोणताही भेद वारीत नसतो.

ध्येयासाठी प्रयत्नांची पराकाष्ठा

वारी हे अलौकिक भक्तिनाट्य आहे. चैतन्य स्वरूप परब्रह्म पांडुरंग हे त्यांचे ध्येय आहे. वारकरी तहानभूक हरपून, प्रसंगी गैरसोयींवर मात करीत, संकटांचा सामना करीत वाटचाल करीत असतात. केवळ 'ध्येय' केंद्रस्थानी ठेवून इतर गोष्टी गौण मानून ध्येयाप्रती वाटचाल कशी करायची हे वारकऱ्यांकडून शिकायला हवे.

समर्पण

इतर कार्यक्षेत्रात अभावानेच आढळणारी समर्पणवृत्ती वारीत आढळेल. वारकरी नेमून दिलेल्या जबाबदाऱ्या तर पार पाडतच असतात; पण त्याखेरीज आयत्या वेळी अंगावर पडलेल्या जबाबदाऱ्याही बिनबोभाट पार पाडत असतात. कार्याप्रती समर्पण कसे असावे, हे वारीतून अवश्य शिकावे.

सुसंवाद आणि सहकार्य

'पांडुरंग' हे ध्येय गाठण्यासाठी वारीत सहभागी झालेली माणसे अहंकार आणि स्वाभिमान विसरून वाटचाल करीत असतात. एकमेकांना 'माउली' म्हणून साद घालत असतात. त्यांच्यात सुसंवाद असतो. सहकार्याची भावना असते. त्यातून हा जगन्नाथाचा रथ पुढे जात असतो.

परिस्थितीला समर्थपणे सामोरे जाण्याची मानसिकता

एका बंदिस्त इमारतीतल्या ए.सी. कार्यालयाच्या खुर्चीत बसून उत्तम व्यवस्थापक म्हणून नाव मिळवणे वेगळे, कारण तो परीघ मर्यादित असतो. माणसे आणि समस्या मर्यादित असतात. त्या तत्काळ सोडविण्याची सक्षम यंत्रणा उपलब्ध असते. वारीत रोज नवे गाव, नवीन परिस्थिती आणि मुख्य म्हणजे येणाऱ्या समस्यांचे प्रकार आणि आकारही वेगळे. या साऱ्यावर मात करीत वारी सुरूच राहतो. वाटेत एखादा अपघात होतो. दुर्घटना घडते; पण मागचे मागे सोडून पुढची वाटचाल सुरूच राहते. परिस्थितीला समर्थपणे तोंड देण्याची वृत्ती वारीतून शिकली पाहिजे. उपलब्ध साधन सामग्रीचा सुयोग्य वापर करून गरजा भागविणे हे आदर्श व्यवस्थापनाचे सूत्र मानले जाते. ते वारीत प्रत्ययाला येते.

आनंद आणि समाधान

नफा, मोठे पद, लठ्ठ पगार, इन्क्रीमेंट, प्रमोशन या गोष्टी मिळूनही माणसे आनंदी नसतात. समाधानी असणे ही तर खूप दूरची गोष्ट आहे. 'जॉब सॅटिसफॅक्शन'च्या चर्चा करीत अशी माणसे अस्वस्थ होत असतात. वारीत लाभ कोणताच नसतो, तरीही आनंद आणि समाधान वारकऱ्यांना मिळत असते. निरपेक्षवृत्तीने कसे काम करावे याचा तो वस्तुपाठ असतो. कामाशी पूर्णतः एकरूप झाल्यानंतर आनंद आणि समाधान मिळते, याचा तो अनुभव असतो.

वारी हा पाहण्याचा किंवा ऐकण्याचा विषय नाही. अनुभूतीच्या पातळीवर वारीचे जे दर्शन घडते ते माणसांना जीवनाचे व्यवस्थापन कसे करावे याचे मार्गदर्शन करते. 'ध्येय हेच पंढरपूर' आणि 'प्रयत्नांची पराकाष्ठा' हीच वारी समजून वाटचाल केली तर 'यशाचा पांडुरंग' भेटल्याशिवाय राहणार नाही म्हणूनच 'होय होय वारकरी। पाहे पाहे रे पंढरी।' असे संतांनी म्हटले आहे. वारीतले हे आदर्श व्यवस्थापन पाहिल्यानंतर मुंबईच्या डबेवाल्यांप्रमाणे वारीचाही 'सिक्स सिग्मा'साठी विचार व्हायला काय हरकत आहे, असे वाटते.

संतसाहित्य आणि युवाविश्व

संतसाहित्य म्हणजे अध्यात्म, परमार्थ आणि निवृत्ती असेच चित्र तरुण पिढीच्या मनात आहे. प्रगत तंत्रज्ञानाच्या आजच्या युगातल्या सर्व नव्या संकल्पना संतसाहित्यात सापडतात. इमोशनल इंटलिजन्सपासून ते इकोफ्रेंडली घरापर्यंत, सकारात्मक दृष्टिकोनापासून ते करिअर निवडीपर्यंत, जलसंधारणापासून ते व्यवस्थापनापर्यंत मानवी जीवनाला उपयुक्त ठरणाऱ्या सर्व गोष्टी संतसाहित्यात आहेत. गरज आहे ती संतसाहित्य तरुण वयातच वाचण्याची.

अनेकांच्या बोलण्याचा रोख असा असतो की, संतसाहित्य हे वैराग्याचे आणि परमार्थाचे समर्थन करणारे साहित्य आहे. रसरशीतपणे जीवन जगण्यासाठी अनेक गोष्टी असताना निवृत्तीच्या वाटेने जायला सांगणाऱ्या संतसाहित्याकडे आम्ही का आकर्षित व्हावे? आम्हाला जीवनाचा मनमुराद आनंद घ्यायचा आहे. आम्हाला हातात जपमाळ घ्यायची नाही. गळ्यात तुळशीची लाकडे घालायची नाहीत. भगवी वस्त्रे परिधान करण्यातही आम्हाला स्वारस्य नाही. आम्हाला लोकांतातून उठून एकांतातही जायचे नाही. जीवनातल्या सर्व गोष्टींचा आम्हाला पुरेपूर आनंद घ्यायचा आहे. संतसाहित्य वाचायचेच असेल, तर ते आम्ही म्हातारपणी वाचू.

संतसाहित्यात तरुणांना आकर्षण वाटावे असे काय आहे? या साहित्यात शृंगाररस आहे, वीररस आहे, हास्यरस आहे. करुणरस आहे. भक्ती आणि शांत रसाचा सुंदर आविष्कार आहे. कल्पनेच्या उत्तुंग भराऱ्या आहेत. प्रेम, विरह आणि व्याकूळ मनाचे दुःखही आहे. संतश्रेष्ठ ज्ञानेश्वर महाराज म्हणतात,

आतां अभिनव वाग्विलासिनी।
जे चातुर्यार्थ कलाकामिनी।
ते शारदा विश्वमोहिनी।
नमस्कारिली मियां।।

ज्ञानेश्वरांची शब्दकळा किती सुंदर आहे. शारदेचे वर्णन करताना अभिनव वागूविलासिनी, चातुर्य कलाकामिनी, शारदा विश्वमोहिनी अशी शब्दांची योजना ते करतात. ज्ञानेश्वरीत ते एक सुंदर दाखला देतात.

कीं प्रथमवयसाकाली।
लावण्याची नव्हाळी।
प्रकटे जैसी आगळी।
अंगना अंगी।।
ना तरी उद्यानीं माधवी घडे।

तेथ वनशोभेची खाणी उघडे।
आदिलापासोनि अपाडें।
जियापरी।।

तारुण्याच्या स्पर्शाने अंगनेच्या अंगोपांगात लावण्याचा उत्सव सुरू होतो. वसंताच्या स्पर्शाने वनश्री अधिक सुशोभित होते. कलाकाराच्या स्पर्शाने सोन्याला सुवर्णपद प्राप्त होते. त्याप्रमाणे व्यासांच्या प्रतिभास्पर्शाने तत्त्वज्ञानाला अलौकिक सुगंध प्राप्त झाला आहे. सोळा वर्षांच्या माउलीने तारुण्यातले सौंदर्य किती अप्रतिम शब्दांत मांडले आहे. सर्वच संतांनी सौंदर्याचे उद्‌गान केले आहे. ते समजण्यासाठी उच्च संवेदनशील अभिरुची हवी. हिंसाचाराच्या आणि कामाचाराच्या भडक कथा वाचणाऱ्या उथळ मनोवृत्तीला संतसाहित्यातील कोमलता, सौंदर्य समजणार नाही.

आपल्याकडे ज्ञानेश्वरी, दासबोध किंवा गाथा एकसष्टी किंवा पंचाहत्तरीच्या कार्यक्रमात भेट म्हणून दिली जाते, यासारखा दुसरा विनोद नाही. ज्या वेळी डोळ्यांना दिसत नाही, कानाला ऐकायला येत नाही, हाताने एखादी गोष्ट उचलत नाही, पायाने चालवत नाही, वाचलेले स्मरणात राहत नाही अशा वेळी संतसाहित्य वाचून काय उपयोग होणार? संतांनी जे ऐन तारुण्यात लिहिले ते म्हातारपणी वाचायचे का? म्हणून तरुण वयातच संतसाहित्याचा आस्वाद घ्यायला शिकले पाहिजे.

कां आपुला ठावो न सांडितां।
आलिंगिजे चंद्रु प्रकटतां।
हा अनुरागु भोगितां।
कुमुदिनी जाणे।।

चंद्रविकासी कमलिनी चंद्राचा उदय झाल्याबरोबर त्याला आपल्या जागेवरून प्रेमालिंगन देते, तसा संतसाहित्याचा आस्वाद रसिकांना घेता आला पाहिजे. संतसाहित्यात जीवनाची आकांक्षा आहे. त्यातला परमार्थ, अध्यात्म या बाबी सोडून द्या; पण भाषेचे सौंदर्य, कल्पनेचे वैभव आणि विचारांची उदात्तता यांचा मोह तरुण वयातच पडला पाहिजे. तारुण्य म्हणजे केवळ भावनांचा जल्लोष नव्हे किंवा वासनांची वावटळ नव्हे. एका विशिष्ट ध्येयाने प्रेरित होण्याचा हा काळ. साहस, प्रेम, मोह, महत्त्वाकांक्षा आणि उत्कट भावना हे तारुण्याचे विषय आहेत, त्यामुळे या वयात जर संतांची कविता वाचली, तर एखाद्या

निष्ठावंत प्रेयसीप्रमाणे ती जन्मभर तरुणांच्या मनाभोवती पिंगा घालत राहील. आजच्या तरुण पिढीसमोर जी आव्हाने आहेत. त्यांना सामोरे जाण्यासाठी संतसाहित्यातील विचार निश्चितच मार्गदर्शक ठरतील.

संतांचा आरोग्यविचार आणि जीवनशैलीविषयक मार्गदर्शन

मनुष्याला लाभलेले जीवन आनंदाने, सुखाने जगायचे असेल, तर मुळात शरीर निरोगी असणे आवश्यक आहे. ज्याच्या अंगात बळ नाही, सामर्थ्य नाही अशा माणसांनी संकटप्रसंगी देवाचा धावा केला, तरी त्यांच्या मदतीला परमेश्वर धावून येणार नाही, असे संत बजावतात.

कोण पुसे अशक्ताला।
रोगीसे बराडी दिसे।।

असे समर्थ रामदास सांगतात.

दुर्लभ नरदेह जाणा।
तुम्ही वासुदेव वासुदेव म्हणा।।

असा संदेश देणारे तुकोबा म्हणतात,

शरीर उत्तम चांगले।
शरीर सुखाचे घोसुले।
शरीर साध्य होय केले।
शरीर साधले परब्रह्म।।

अनारोग्याचे मूळ बदलत्या जीवनशैलीत आहे. आजच्या गतिमान जीवनशैलीत माणसाचे स्वतःकडे लक्ष नाही. अपॉइंटमेंट डायरीमध्ये सर्व गोष्टींसाठी वेळ आहे; पण स्वतःसाठी नाही. सारे काही स्वतःसाठी करायचे; पण स्वतः साठी वेळ नाही, अशी परिस्थिती आहे. अर्ध्या तासाची योगासने, दहा मिनिटांचे शवासन आणि पंचेचाळीस मिनिटे चालण्याचा व्यायाम जीवनाला नवसंजीवनी देऊ शकतो; पण तेवढे करण्यासाठीही तरुण पिढीकडे वेळ नाही.

जीवनशैली कशी असावी, या संदर्भात तुकोबा सांगतात,

युक्त आहारविहार।
नेम इंद्रायासी सार।
नसावी बासर।
निद्रा बहुभाषण।।

समर्थ रामदास बलाची उपासना करण्याचा आग्रह धरतात.

धकाधकीचा मामला।
कैसा घडे अशक्ताला।
नाना बुद्धी शक्ताला।
म्हणोनि सिकवाव्या।।
शक्तीने पावती सुखे।
शक्ती नसता विटंबना।
शक्तीने नेटका प्राणी।
वैभव भोगिता दिसे।।

आजच्या स्पर्धेच्या युगात अस्तित्वासाठीचा संघर्ष तीव्र झालेला आहे. धावपळ हेच जीवन झाले आहे. यातही तणावमुक्तीसाठी एकांताला जवळ करण्याचा आग्रह समर्थ धरतात आणि सांगतात -

काही गलबला कांही निवळ।
ऐसा कंठीत जावा काळ।।

जागतिकीकरणानंतर मध्यमवर्गीयांची आर्थिक ऐपत वाढली, साजरीकरणाचे संदर्भ बदलले. आनंद झाला तरी तो साजरा करायचा. दुःख झाले तरी ते साजरे करायचे. त्यातून तरुण पिढीत व्यसनाधीनता वाढीला लागली. व्यसनाधीन समाज हा कधीही उत्कर्षाच्या वाटेने जाऊ शकत नाही म्हणून संतांनी व्यसनमुक्त समाजाचे स्वप्न पाहिले. सर्व प्रकारच्या व्यसनांपासून दूर राहण्याचा आग्रह संत धरतात. तुकोबा सांगतात,

परस्त्री मद्यपान।
पेंडखाण माजविले।
तुको म्हणे निर्भर चित्ती।
अधोगती जावया।।

समर्थ बजावतात.

अतिवाद करू नये।
उन्मत्त द्रव्य सेवू नये।
बहुचकांसी करू नये।
मैत्री करा।।

संतसाहित्य आणि सकारात्मक दृष्टिकोन

दिवसेंदिवस आत्महत्या करणाऱ्या सर्व वयोगटांतील लोकांची संख्या वाढते आहे. नकारात्मक मानसिकता वाढते आहे, जीवनाचा प्याला भरलेला आहे की रिकामा आहे, याचा विचार करण्यापेक्षा त्या जीवनप्याल्यातला प्रत्येक थेंब उत्कटतेने शोषून घेतला पाहिजे. सर्व प्रकारच्या अनुभवांना धीराने आणि आनंदाने सामोरे गेले पाहिजे, अशी संतांची भूमिका आहे. दुःखांना सजवू नका, असा संतांचा आग्रह आहे.

संतश्रेष्ठ तुकाराम महाराजांच्या उण्या-पुऱ्या त्रेचाळीस वर्षांच्या आयुष्यात किती तरी संकटे आली. दुष्काळ पडला. व्यापार बुडाला. पत्नी आणि मुलाचा करुण अंत झाला, तेव्हा त्यांनाही निराश वाटून गेले. आपले मनोगत खिन्नपणे व्यक्त करताना तुकोबा म्हणतात,

लज्जा वाटे जीवा।
त्रासलो या दुःखे।
व्यवसाय देख।
तुटी येत॥

पण तेच तुकोबा दुःखांवर आणि संकटांवर स्वार होत म्हणतात,

बरे जाले देवा निघाले दिवाळे।
बरी या दुष्काळे पीडा केली॥
अनुतापे तुझे राहिले चिंतन।
जाला हा वमन सवंसार॥

जीवनात ज्या ज्या वेळी कसोटीचे प्रसंग येतात, त्या त्या वेळी माणसांना कर्तव्यकठोर होऊन कर्मसिद्धान्ताचे आचरण करावे लागते, अशीच माणसे श्रेष्ठत्वाला पोचतात. तुकोबा सुंदर दाखला देतात,

मढे झाकुनिया करिती पेरणी।
कुणबियाची वाणी लवलाहे॥
तयापरी करा स्वहित आपुले।
जयासी फावले नरदेह॥

पाऊस पडल्यावर वाफसा होतो आणि याच काळात पेरणीसाठी पाभर धरावी लागते. या काळात शेतकऱ्याच्या घरात मयत झाली, तर काय

करायचे? महाराज सांगतात की, मढे झाकून ठेवा आणि आधी पेरणी करा. मढ्यावर नंतर अंत्यसंस्कार करता येतील; पण पेरणीची वेळ निघून गेली, तर तुमच्यावरच मरणाची वेळ येईल. जीवनातील सकारात्मकता तसूभरही ढळू द्यायची नाही, हे संतसाहित्याचे ब्रीद आहे.

संत ज्ञानेश्वरांनी आपल्या छोट्याशा आयुष्यात अपमान, अवहेलना, विटंबना सोसली; पण त्याचा पुसटसा उल्लेखही त्यांच्या साहित्यात कुठेही नाही. जो जे वांछिल। तो ते लाहो। प्राणिजात।। अशीच त्यांची उदात्त भावना आहे.

संतसाहित्य हे आशावादाचे सरोवर आहे. ते सतत बजावत राहते. इतके निराश होण्याचे कारण नाही.

आजच्या बदलत्या जीवनशैलीत सुंदर दिसणे, उंची कपडे, महागडे दागदागिने, सुंगधी द्रव्ये हा आपल्या कौतुकाचा विषय असतो; पण आपली बुद्धी ज्याच्या आदेशाचे पालन करते, त्या मनाकडे, त्याच्या सौंदर्याकडे, सुदृढतेकडे आपण किती गांभीर्याने पाहतो?

प्रकाश आणि अंधाराची शिवाशिव मनाच्या आकाशात अखंड सुरू असते. त्याचे परिणाम आपल्या बुद्धी आणि कर्मेन्द्रियांवर होत असतात. त्यानुसार माणसाचे वर्तन घडत असते. निरोगी माणसांच्या मनात विचारांची दिवेलागण अखंड सुरू असते, त्यामुळे त्यांच्या मनात निराशेचे मळभ दाटून येत नाही. आले तरी त्यातून प्रकाशवाटा शोधण्याची मनोवृत्ती तयार होत जाते. मन हा अक्षय प्रेरणास्रोत आहे. तो अखंड प्रज्वलित राहावा यासाठी त्यावर आलेले अविचारांचे, निराशेचे आणि अगतिकतेचे सावट दूर करायला हवे म्हणूनच तुकोबाराय म्हणतात,

मन करा रे प्रसन्न।
सर्व सिद्धीचे कारण।
नाही नाही आन दैवत।
तुका म्हणे दुसरे।।

'इमोशनल इंटलिजन्स' या संकल्पनेचा उगमही संतसाहित्यातच सापडतो.

समर्थांची पावनभिक्षा, तुकारामांची सुभाषिते आणि सॉफ्टस्किल्स

प्राचार्य शिवाजीराव भोसले म्हणत, ''चिमणीची पिले चाळीस दिवसांत आकाशात भराऱ्या घेतात, तर माणसे चाळीस वर्षांची झाली

तरी उत्कर्ष करू शकत नाहीत. कारण चिमणीच्या पिलांना पंख आतून फुटलेले असतात आणि विद्यार्थ्यांना पदव्या बाहेरून लावलेल्या असतात म्हणून आतून ज्ञानाचे पंख देणारे शिक्षण ही काळाची गरज आहे.'' आजच्या विद्यार्थ्यांकडे पदव्या आहेत; पण स्वतःचे पोट भरण्यासाठी अर्थार्जन करण्यासाठी कौशल्ये नाहीत म्हणूनच ते निराशेच्या गर्तेत सापडले आहेत.

घोडे काय थोडे। वागविती ओझे।
भावेविण तैसे। पाठांतर।।

अशा शब्दांत तुकोबांनी पोपटपंची शिक्षणाचा धिक्कार केला आहे.

आज विद्यार्थ्यांनी पदव्यांबरोबरच सॉफ्टस्किल्स आत्मसात केली पाहिजेत, असा आग्रह तज्ज्ञमंडळी करतात. आधुनिक युगातली ही जीवनोपयोगी कौशल्ये संतसाहित्यात सापडतात. स्पर्धेच्या युगात टिकून राहणारा माणूस बुद्धिमान असण्यापेक्षा त्याचे व्यक्तिमत्त्व बहुआयामी असणे जास्त महत्त्वाचे असते. त्यासाठी समर्थांनी सांगितलेली पावनभिक्षा उपयुक्त ठरणार आहे.

कोमलवाचा दे रे राम।
विमलकरणी दे रे राम।
धूर्त कळा मज दे रे राम।
प्रसंगओळख दे रे राम।
अंतरपारखी दे रे राम।
बहुजन मैत्री दे रे राम।
विद्यावैभव दे रे राम।
शब्द मनोहर दे रे राम।
सावधपण मज दे रे राम।
बहुत पाठांतर दे रे राम।
सज्जनसंगति दे रे राम।
अलिप्तपण मज दे रे राम।

तुका म्हणे जागा हिता। असे बजावणाऱ्या तुकोबारायांची या संदर्भातली सुभाषितेही महत्त्वाची आहेत.

नसावे ओशाळ। मग मानिती सकळ।।
चणे खावे लोखंडाचे। मग ब्रह्मपदी नाचे।।
तुका म्हणे येथे पाहिजे जातीचे। येरा गबाळ्याचे काय काम।।
तुज आहे तुजपाशी। परि तू जागा चुकलासी।।
तुका म्हणे तेथे। पाहिजे जातीचे। येऱ्या गबाळाचे। काम नोहे।।
कोणी निंदा, कोणी वंदा। आमुचा, स्वहिताचा धंदा।।
बोल बोलता वाटे सोपे। करणी करता टीर कापे।।

आजची शिक्षण क्षेत्रातली एकूणच परिस्थिती विद्यार्थी आणि पालकांची सत्त्वपरीक्षा पाहणारी आहे. आपल्या अपूर्ण स्वप्नांची पूर्तता आपल्या मुलांनी करावी असे प्रत्येक पालकाला वाटत असते; पण आपल्या मुलाचा स्वभाव काय आहे? त्याचा कल कुठे आहे? याबाबत मात्र कोणीही गांभीर्याने विचार करताना दिसत नाही. करिअरबाबत मार्गदर्शन करणारे तज्ज्ञ सांगत असतात की, मुलांची आवड जाणून घ्या. मुलांना नेहमी सांगितले जाते की, तू अमक्यासारखा हो, तमक्यासारखा होण्याचा प्रयत्न कर; पण तुझ्या रंगाने, गंधाने आणि अंगभूत गुणाने बहरलेले तुझे व्यक्तिमत्त्व आम्हाला हवे आहे, असा आग्रह मात्र धरला जात नाही. संतश्रेष्ठ तुकाराम महाराजांच्या तुका म्हणे झरा। मूळचाचि आहे खरा।। या वचनावर श्रद्धा ठेवून वाटचाल केली, तरी प्रत्येकाचे व्यक्तिमत्त्व बहरून येईल. करिअर निवडीबाबतचे इतके सुंदर मार्गदर्शन संतांशिवाय कुणीही केलेले नाही.

संतांचा व्यवस्थापन विचार

संतांनी जीवनाचे व्यवस्थापन कसे करावे याचे सुरेख मार्गदर्शन केलेले आहे. समाज व्यवहारात समोरचा माणूस कसा आहे, हे पाहून आपल्याला त्याच्याशी वागण्याची रीत ठरवावी लागते म्हणून समर्थ सांगतात,

धटासी आणावा धट।
उद्धटासी पाहिजे उद्धट।
खटनटासि खटनट। अगत्ये करी।।
हुंब्यास हुंबा लाऊन द्यावा।
टोणप्यास टोणपा आणावा।
लौंदास पुढें उभा करावा।
दुसरा लौंद।।

दुर्जन प्राणी ओळखावे।
परि ते प्रकट न करावे।
सज्जना परिस आळवावे।
महत्त्व देउनि।।
करणे असेल अपाये।
तरी बोलून दाखवू नये।
परस्परेचि प्रत्यये।
प्रचितीस आणावा।।

कोणत्याही कामासाठी माणसाची निवड करताना त्या माणसांचा वकुब पाहून, योग्यता पाहूनच केली पाहिजे, असा आग्रह समर्थ धरतात आणि सांगतात,

अधिकार पाहून कार्य सांगणे।
साक्षेप पाहून विश्वास ठेवणे।
आपला मगज राखणे।
काही तरी।।

गुणवत्तापूर्ण कामगिरीसाठी अचूक प्रयत्न केला पाहिजे, याची जाणीव करून देताना ते सांगतात,

अचूक यत्न करवेना।
म्हणोनि केले ते सजेना।
आपला अवगुण जाणवेना।
काही केल्या।।

आजचे युग जाहिरातीचे आहे. या युगात जाहिरात करताना समाजाची मानसिकता लक्षात घेणे खूप जरुरीचे असते. ज्यांना राजकारण, समाजकारण आणि उद्योगक्षेत्रात कार्यरत राहायचे आहे. त्यांनी लोकमानस जाणून घेतले पाहिजे, तरच यश मिळेल म्हणून समर्थ सांगतात,

मुलाच्या चालीने चालावे।
मुलाचे मनोगते बोलावे।
तैसेच जनास सिकवावे।
हळूहळू।।

आजचे युग हे ज्ञानाचे युग आहे, याची जाणीव समाजातील जाणती माणसे करून देत आहेत.

घालून अकलेचा पवाड।
व्हावे ब्रह्मांडाहून जाड।।

हे समर्थांनी दासबोधातच सांगून ठेवले आहे.

संतांची विज्ञाननिष्ठा

शास्त्रज्ञांचे एक वैशिष्ट्य असते ते प्रयोग करतात आणि हाती आलेल्या निष्कर्षाच्या आधारेच आपली मते मांडतात. संतांचीही भूमिका तीच आहे. तुकोबा म्हणतात,

नका दंतकथा येथे सांगो कोणी।
कोरडे ते मानी बोल कोण।।
अनुभव येथे व्हावा शिष्टाचार।
न चलती चार आम्हापुढे।।

तर

प्रत्ययाचे ज्ञान। तेचि ते प्रमाण।
येर अप्रमाण। सर्व काही।।

अशी समर्थांची परखड भूमिका आहे.

आज पाण्याचा प्रश्न जटिल झालेला आहे. पाण्याचे व्यवस्थापन हा कळीचा मुद्दा बनला आहे. या संदर्भातले मार्गदर्शन करताना समर्थ सांगतात,

नदीचे उदक वाहत गेले।
तो निरर्थक चालले।
जरी बांधोन काढले।
नाना तिरी कालवे।।
उदक निगेने वर्तविले।
नाना जिनसी पीक काढिले।
पुढे उदकचि जाहले। पीक सुवर्ण।।

पाणी ज्या प्रकारच्या पाटातून वाहते त्या प्रकारची चव त्या पाण्याला प्राप्त होते. समर्थ सांगतात,

जरी मुळी उदक निवळ असते।
नाना वल्लीमध्ये जाते।
संगदोषे तैसे होते।
आम्ल तीक्ष्ण कडवट।।

म्हणजेच ॲसिडिटी आणि अल्कलिनिटी या संकल्पनाही संतांना माहीत होत्या. नगरांची रचना कशी असावी या संदर्भात ज्ञानेश्वरीत मार्गदर्शन सापडते,

नगरेचि रचावी। जलाशये निर्मावी।
महावने लावावी। नानाविध।

मारुतीस्तोत्रात समर्थ 'अणुपासोनि ब्रह्मांडाएवढा होत जातसे।' असे सांगतात. 'अणुरणीया थोकडा। तुका आकाशाएवढा।' असे तुकोबा स्पष्ट करतात. या दोघांनाही अणू, रेणू, ब्रह्मांड या संकल्पना माहीत होत्या. पृथ्वीची उत्पत्ती आणि विनाश या संदर्भातले अनेक दाखले या दोघांच्याही साहित्यात मिळतात. वृक्षवल्ली आम्हा सोयरी। वनचरे।। असे म्हणणारे तुकोबा निसर्ग आणि माणसाचे नाते किती दृढ आहे, याची जाणीव करून देतात. आज निरनिराळ्या माध्यमांतून सातत्याने बजावले जाते, पडलेली कोणतीही वस्तू घेऊ नका. त्यात बॉंब असू शकेल, तो फुटू शकेल आणि अनर्थ घडू शकेल. हेच वेगळ्या शब्दांत समर्थांनी किती पूर्वी सांगून ठेवले आहे.

वाट पुसल्यावीण जावो नये।
फळ ओळखल्यावीण खावो नये।
पडली वस्तू घेऊ नये।
कोणा एकाची।।

आजच्या जगात भपक्याला अधिक महत्त्व प्राप्त आहे. बाह्यरूपावरून अनेकदा व्यक्तींची किंमत केली जाते, त्यामुळे अनेकदा फसगत होते. या भपक्याल्या दुनियेतून बाहेर पडून बाह्यरंगापेक्षा अंतरंगाकडे लक्ष देण्याचा संदेश संत देतात. चोखोबा सांगतात,

ऊस डोंगा परी रस नव्हे डोंगा।
काय भुललासी वरलीया रंगा।।
कमान डोंगी परी तीर नोहे डोंगा।
काय भुललासी वरलीया रंगा।।
नदी डोंगी परी जळ नव्हे डोंगें।
काय भुललासी वरलिया रंगें।।
चोखा डोंगा परी भाव नव्हे डोंगा।
काय भुललासी वरलिया रंगा।।

संतांनी आपल्या साहित्यात निवृत्तिवाद मांडलेला नाही. प्रवृत्तिवाद मांडलेला आहे. माणसाचे जीवन आहे, त्यापेक्षा अधिक उन्नत करणे, समृद्ध करणे हेच त्यांचे ध्येय आहे. उगवत्या पिढीच्या, उमलत्या बुद्धीच्या तरुणांनी संतसाहित्याचा अगत्यपूर्वक अभ्यास केला पाहिजे. तो केला तर त्यांचे जगणे निश्चितच सुंदर होईल.

तंत्रज्ञानाचे महत्त्व कोणीही नाकारलेले नाही; पण तंत्रज्ञानाच्या आहारी जाऊन आपल्याला केवळ यंत्रमानव बनायचे नाही. ज्यांच्या डोळ्यांत अश्रू येऊ शकतात तीच माणसे समाजाचे अश्रू पुसण्याचे काम करू शकतात, त्यामुळे भौतिक समृद्धीबरोबरच भावसंपन्नता मिळवायची असेल, तर तंत्रज्ञानाच्या जोडीला संतांच्या तत्त्वज्ञानाचीही जोड द्यायला हवी. तंत्रज्ञान आणि तत्त्वज्ञान यांच्या मिलापातूनच संतांना अपेक्षित असणाऱ्या विश्वकल्याणाचे पसायदान साकार होणार आहे.

तमाच्या तळाशी दिवे लागले रे

तेलाचे आणि विजेचे असंख्य दिवे प्रज्वलित करून आसमंत प्रकाशमान करता येणे सहज शक्य आहे; पण खरी गरज आहे ती मनामनातल्या प्रेमाच्या, आपुलकीच्या, स्वाभिमानाच्या, माणुसकीच्या, त्यागाच्या, सहकार्याच्या, विवेकाच्या, संयमाच्या अंतर्ज्योती पेटविण्याची, त्या पेटविता आल्या तरच भारतीय संस्कृतीला अपेक्षित असणाऱ्या संदर्भांना धरून 'दिवाळी' साजरी झाली असे म्हणता येईल.

दिवाळी हा भारतीय संस्कृतीतील अतीव आनंदाचा आणि उत्साहाचा सण मानला जातो. पणतीने पणती पेटते आणि परिसर प्रकाशमान होतो. स्नेहाच्या ज्योतीने माणसामाणसातील प्रेमाचे बंध अधिक बळकट व्हावेत, यासाठी भारतीयांच्या सण-उत्सवांच्या मालिकेत समाविष्ट झालेली दिवाळी प्रकाशवाटा घेऊन येते अशी भारतीयांची भावना आहे.

दिन दिन दिवाळी
गाई, म्हशी ओवाळी
गाई, म्हशी कुणाच्या
लक्ष्मणाच्या

असं म्हणत गावातली मुले पूर्वी घरोघरी जात आणि सबंध गावाला दिवाळीच्या आगमनाची चाहूल लागत असे.

लोकसाहित्यात एक सुंदर कथा आहे. त्या कथेतली ती चिमुरडी आजीला विचारते, "आजी, दिवाळी कोण कोण साजरी करतं." त्यावर आजी उत्तर देते, "सगळीच माणसे दिवाळी साजरी करतात." पुन्हा ती मुलगी आजीला विचारते, "राजा दिवाळी साजरी करतो का?" त्यावर आजी सांगते, "राजाला रोजच दिवाळी असते. सुख-दुःखाच्या या रहाटगाडग्यात काही आनंदाचे क्षण वाट्याला यावेत म्हणून सामान्य माणसं ही दिवाळी साजरी करतात."

जन्म आणि मृत्यू, उत्पत्ती आणि विनाश हे नियम सृष्टीतल्या प्रत्येक गोष्टीसाठी लागू आहेत; पण या दोहोंच्या मधले जे जगणे आहे ते अधिक प्रकाशमान, आनंदित, प्रफुल्लित आणि उत्साहित करण्यासाठी दिवाळी हे निमित्त आहे.

दीपावली भारतात सर्वत्र साजरी होते. पावसाळा संपून नवी पिके हाती आल्यानंतर शरद ऋतूच्या ऐन मध्यभागी, आश्विन व कार्तिक महिन्यांच्या संधिकालात हा सण येतो. आश्विन वद्य त्रयोदशी ते कार्तिक शुद्ध प्रतिपदा हे चार दिवस या सणाचे असतात.

या सणाचा उगम फार प्राचीन काळी, आर्यांचे वास्तव्य उत्तर ध्रुवप्रदेशात होते, त्या काळातच झाला असे म्हणतात. सहा महिन्यांची दीर्घ रात्र संपून सहा महिन्यांचा दिवस सुरू होताच, त्या प्रदेशातील लोकांना नवजीवन

प्राप्त झाल्यासारखे वाटत असावे आणि त्यासाठीच ते हा आनंदोत्सव साजरा करीत असावेत. आर्यांच्या सात पाकयज्ञांपैकी पार्वण, आश्वयुजी, आग्रहायणी या तीन यज्ञांचे एकीकरण व रूपांतर होऊन दीपावलीचा उत्सव सुरू झाला असावा, अशीही कल्पना आहे. पार्वण पाकयज्ञ हा पितरांसाठी असे; आश्वयुजी हा यज्ञ इंद्र व कृषिदेवता सीता यांच्यासाठी असे आणि आग्रहायणी संवत्सरसमाप्तीचा याग असे.

काही लोकांची अशी श्रद्धा आहे की, चौदा वर्षांचा वनवास संपवून प्रभू रामचंद्र सीतेसह अयोध्येला परत आले ते याच दिवसात. त्या वेळी अयोध्येतल्या प्रजेने दीपोत्सव साजरा केला आणि तेव्हापासून हा उत्सव दर वर्षी चालू झाला.

पुराणात दीपावलीसंबंधी कथा आहे ती अशी, प्राचीन काळी बळी नावाचा राजा फार बलाढ्य झाला. त्याने पृथ्वी जिंकली व लक्ष्मीसह सर्व देवांना बंदीत टाकले. मग विष्णूने वामनावतार घेतला व बळीच्या यज्ञात जाऊन त्याच्याकडे त्रिपादभूमीची याचना केली. बळीने त्रिपादभूमी वामनाला दिली. वामनाने दोन पावलांतच पृथ्वी व स्वर्ग व्यापला. तिसरे पाऊल कुठे ठेवू, असे विचारताच बळीने आपले मस्तक नमवून त्यावर तिसरे पाऊल ठेव, असे वामनाला सांगितले. वामनाने बळीच्या मस्तकावर पाय ठेवून त्याला पाताळात दडपले. हे सर्व आश्विन वद्य त्रयोदशी ते अमावास्या या तीन दिवसांत घडले. नंतर वामनाने बळीला वर मागण्यास सांगितले, तेव्हा तो म्हणाला, "देवा, केवळ लोककल्याणासाठी मी एक वर मागतो. या तीन दिवसांत जो कोणी यमाप्रीत्यर्थ दीपदान करील, त्याला यमयातना भोगाव्या लागू नयेत आणि त्याच्या घरात निरंतर लक्ष्मीचे वास्तव्य असावे." त्यावर वामनाने 'तथास्तु' म्हटले, तेव्हापासून दीपदान व दीपोत्सव करण्याची प्रथा सुरू झाली. कार्तिक शु. प्रतिपदेला बळीचा दिवस मानून लोक त्याही दिवशी आनंदोत्सव साजरा करू लागले.

जैन लोकही दीपावलीचा उत्सव वैदिक धर्मीयांइतक्याच आस्थेने साजरा करतात. त्यांच्या हरिवंश पुराणात या उत्सवाचा प्रारंभ कसा झाला, त्याचा वृत्तांत दिला आहे. आश्विन अमावास्येला महावीर या शेवटच्या तीर्थकरांचे निर्वाण झाले. त्या वेळी जे देव, राजे व भक्त तिथे उपस्थित होते, त्यांनी महावीरांची पूजा करून दीपाराधना केली. 'ज्ञानदीप निर्वाणाला गेला आहे; आता आपण साधे दिवे लावून प्रकाश कायम ठेवू या,' असा

जैनांनी विचार केला, तेव्हापासून महावीरांचे भक्त दर वर्षी जिनेश्वराची पूजा करून दीपोत्सव करू लागले. जैनांनी ती तिथी महत्त्वाची मानून वीर-निर्वाण-संवत नावाचा एक नवा शक चालू केला.

दिवाळीच्या उगमासंबंधी ऐतिहासिक कल्पना अशी आहे की, सम्राट अशोकाच्या दिग्विजयाप्रीत्यर्थ हा महोत्सव सुरू झाला. दुसरी कल्पना अशी आहे की, सम्राट चंद्रगुप्त विक्रमादित्य याच्या राज्याभिषेकसमारंभात जो दीपोत्सव करण्यात आला, तोच पुढे दर वर्षी साजरा करण्याची प्रथा पडली.

भारतीय वाङ्मयात दीपावलीचे उल्लेख अनेक भिन्न भिन्न नावांनी आलेले आहेत. वात्स्यायनाच्या कामसूत्रात यक्षरात्री नामक उत्सवाचा उल्लेख आहे. हेमचंद्राच्या मते यक्षरात्री म्हणजे दीपालिका उत्सव होय. श्रीहर्षाच्या नागानंद नाटकातील दीपप्रतिपदुत्सव म्हणजेही दीपावलीचाच उत्सव आहे. नीलमत पुराणात त्याला दीपमाला उत्सव असे नाव दिले आहे. सोमदेव सूरी (इ.स.चे १०वे शतक) याच्या यशस्तिलकचंपूत दीपोत्सवाचे वर्णन केलेले आहे, ते दीपावलीच्या उत्सवाशी जुळते आहे. इ.स.च्या ११व्या शतकातील श्रीपती नामक ज्योतिषाचार्याने आपल्या 'ज्योतिष रत्नमाला' या ग्रंथावरील मराठी टीकेत दिवाळी हा शब्द वापरला आहे. ज्ञानेश्वरी व लीळाचरित्र या ग्रंथांतही (इ.स.चे १३वे शतक) दिवाळी हा शब्द अनेकदा आढळतो.

यशोधराने कामसूत्रावरील टीकेत यक्षरात्री म्हणजेच सुखरात्री असे सांगून, तिचा यक्षपूजा व द्यूतक्रीडा यांच्याशी संबंध जोडला आहे. वराह पुराणातही कार्तिक शुद्ध प्रतिपदेला यक्षाची पूजा होत असल्याचा उल्लेख सापडतो. कुबेर हा यक्षांचा राजा, त्याचप्रमाणे धनदेवही मानला जातो. गुप्तयुगात वैष्णव संप्रदायाच्या प्रभावामुळे कुबेराच्या पूजेऐवजी लक्ष्मीपूजनाचे महत्त्व वाढत गेले असावे.

दीपावली हा मुख्यत: दीपोत्सव आहे. घरातील प्रत्येक भागात, कोनाकोपऱ्यात तेलाचे लहान दिवे लावून सर्व घर प्रकाशमान केले जाते. प्रत्येक वास्तूच्या बाहेरील अंगावरही दिव्यांची आरास करून तो परिसर उजळून टाकला जातो. तिमिराकडून तेजाकडे वाटचाल करा हाच या मागचा संदेश आहे. सूर्य आणि अग्नी यांचे प्रतीक असलेला दिवा पवित्र आणि शुद्ध मानलेला आहे. देवपूजा तसेच कोणतेही दैनंदिन वा पैतृक धर्मकृत्य करण्याच्या वेळी दिवा आवश्यक मानला जातो. दीपदान हे पुण्यप्रद कृत्य मानले जाते. संध्याकाळी दिवा लावल्यावर त्याला नमस्कार करतात. दिव्यात

तेल वा तूप याशिवाय इतर पदार्थ वापरू नयेत. त्यातली वात विशिष्ट प्रकारची असावी असे पुराणात सांगितले आहे. महाराष्ट्रातील बऱ्याच देवळांसमोर दिवे लावण्यासाठी दीपमाळ उभारलेली आढळते. दीपोत्सव साजरा करणे हाच त्यामागचा हेतू आहे.

दिव्याचा शोध अश्मयुगात इ.स.पू. ७०,००० वर्षांपूर्वी लागला. हा दिवा दगडात खोदलेला असायचा. खोलगट केलेल्या भागात प्राणिजन्य चरबी आणि शेवाळे घालून वा तत्सम भिजणारा पदार्थ त्यात घालून तो पेटवीत. अशा प्रकारचे दिवे अलास्कातील एस्किमो लोक व अल्यूशन बेटातील लोक वापरत.

भारतात अग्नीचे व पर्यायाने प्रकाशाचे ज्ञान माणसाला बऱ्याच काळापासून असावे असे दिसते. सतत धगधगणारे यज्ञकुंड त्या काळात माणसांचा मोठा आधार असे, त्यामुळे श्वापदांचा व दैत्यांचा त्रास कमी होत असे. या आधाराच्या भावनेतूनच आर्यांनी अग्नीला देवता कल्पिले होते. ऋग्वेदात अग्नीला महत्त्व दिलेले आढळते. अग्नीचा शोध भृगू राजाने लावला असे वेदात म्हटले आहे. रामायण आणि महाभारत या प्राचीन ग्रंथांत दिव्यांचा उल्लेख असून, तेथे काही ठिकाणी ते सोन्याचे व रत्नांचे असल्याचे म्हटले आहे. अति प्राचीन दिव्यांच्या आकार-प्रकारांविषयी विशेष तपशील उपलब्ध नाहीत; पण मोहेंजोदडो येथे मातीचे टांगण्याचे दिवे सापडले. ते इ.स.पूर्व ३७०० ते ३५०० या काळातले आहेत. ही सिंधुसंस्कृती लोप पावल्यानंतर सोळाव्या-सतराव्या शतकापासूनचे दिवे दक्षिण भारतात पाहावयास मिळतात, हे पितळ किंवा कासे या धातूंचे केलेले असून, त्यावर नक्षीही कोरलेली आहे. नीरांजन, समई, ओवाळण्याचा दिवा आणि पंचारती हे भारतीय दिव्यांचे खास प्रकार म्हणून सांगता येतील. उत्तर भारतातील दिव्यांवर मोगल काळाचा मोठा परिणाम झालेला दिसतो.

दिव्यांना प्रसंगनिष्ठ अशीही काही नावे आहेत. दिवाळीच्या दिवसात लटकणारा आकाशदिवा लावतात. तो पितरांना प्रकाश देतो अशी समजूत आहे. आकाशदिव्यामुळे शिव, विष्णू आणि यम इ. देव संतुष्ट होऊन संपत्ती देतात, असे पुराणात सांगितले आहे. लग्नकार्यात एक ओळणीचा दिवा रोवळीत ठेवतात. त्याला शकुन दिवा असे नाव आहे. करवल्या तो दिवा हातात धरून वधुवराच्या मागे उभ्या असतात. अमावास्येला पिठाचे दिवे करून त्याची पूजा करतात. मंगळागौरीच्या पूजेत व लग्नातील ऐरणी दानातही पिठाचे दिवे वापरतात. या दिव्यांना पिष्टदीप म्हणतात. देवपूजेच्या प्रसंगी वा

कोणत्याही मंगलविधीत एक दिवा साक्षी म्हणून ठेवतात. त्याला स्थापित दीप म्हटले जाते. शंकराच्या देवळात अखंड तेवत राहणारा एक दिवा ठेवलेला असतो तोच नंदादीप.

आश्विन वद्य त्रयोदशीला धनत्रयोदशी हे नाव आहे. यमराजाने आपल्या दूतांना या दिवशी जो दीपदान करेल त्याला अपमृत्यू येणार नाही, असे सांगितल्याची कथा आहे म्हणून या दिवशी मंगलस्नान करून दीप लावतात. यमराजासाठी दक्षिणेकडे तोंड करून याच दिवशी दिवा लावायचा असतो. इतर वेळी दक्षिणेकडे तोंड करून दिवा लावणे अशुभ समजतात.

नरकचतुर्दशीच्या दिवशी कृष्णाने नरकासुराचा वध केला व त्याच्या बंदिवासात असलेल्या सोळा सहस्र स्त्रियांना बंधमुक्त केले. नरकासुराच्या रक्ताचा टिळा लावून कृष्ण सूर्योदयापूर्वीच परत आला त्या वेळी त्यास मंगलस्नान घालून ओवाळण्यात आले, याची स्मृती म्हणून सूर्योदयापूर्वी स्नान करून दिवे लावतात व आनंदोत्सव साजरा करतात.

आश्विन वद्य अमावास्येच्या रात्री लक्ष्मीपूजन असते. या निमित्ताने अष्टदल कमलावर लक्ष्मीची स्थापना करून तिची पूजा करतात. लक्ष्मी हे सौंदर्याचे, प्रेमाचे आणि वैभवाचे प्रतीक आहे. संयमपूर्वक धन संपादन केले, तर मनुष्याचे कल्याण होते, यासाठी धनलक्ष्मीची या दिवशी पूजा करतात. या रात्रीच केवळ द्यूत खेळावे असे सांगितले आहे. द्रव्य हे चंचल आहे. हे लक्षात येण्यासाठीच या खेळाची योजना आहे. लक्ष्मी या दिवशी सर्वत्र संचार करीत असते. जेथे स्वच्छता, मांगल्य आणि प्रकाश आढळेल तेथे ती निवास करते, अशी समजूत असल्यामुळे या रात्री दिव्यांची रोषणाई करतात. ती लक्ष्मीला प्रसन्न करण्यासाठीच!

कार्तिक शुद्ध प्रतिपदेस बलिप्रतिपदा हे नाव आहे. या दिवशी विष्णूने वामनावतार घेऊन बळी राजाला पाताळात लोटले. या दिवशी दीपदान करून त्याला यमयातना भोगाव्या लागणार नाहीत, असा वामनाने बळीला वर दिला अशीही कथा आहे. पाताणे प्रभूंकडे बलिप्रतिपदेच्या दिवशी एक नोकर पहाटे सर्व घर झाडून स्वच्छ करतो. सगळा केर एका टोपलीत जमा करतो. मग त्या टोपलीवर जुनी केरसुणी, एक पणती व पैसा-सुपारी ठेवून ती टोपली प्रत्येक खोलीपुढे ओवाळतो. त्या वेळी तो म्हणतो, 'इडा पिडा टळो, बळीचे राज्य येवो' नंतर एक स्त्री सूप वाजवीत त्याच्या मागोमाग दरवाजापर्यंत जाते. तो मागे न पाहता बाहेर जाऊन सर्व केर रस्त्याच्या कडेला टाकतो. नंतर तो घरात येऊन कोणालाही न शिवता अंगाला तेल लावून गरम पाण्याने अंघोळ करतो.

बळीची अश्वारूढ प्रतिमा उंच जागी उभी करून तिच्याभोवती एकेवीस दिवे मांडण्याचीही रीत काही ठिकाणी आहे. बळीराजा देवांचा शत्रू असला तरी तो दुष्ट नव्हता. अलोट दातृत्व आणि प्रजाहितदक्षता याविषयी त्याची ख्याती होती. त्याचे राज्य हे सुराज्य होते म्हणूनच ते पुन्हा प्रस्थापित व्हावे, अशी आकांक्षा वरील लोकाचारात प्रकट झालेली दिसते. या दिवसापासून विक्रम संवत सुरू होते म्हणून याला दिवाळी पाडवा म्हणतात. हिंदूंच्या साडेतीन शुभ मुहूर्तांपैकी हा अर्धा मुहूर्त आहे. या दिवशी पत्नीने पतीला ओवाळण्याची पद्धत आहे.

कार्तिक शुद्ध द्वितीयेचे भाऊबीज हे नाव आहे. या दिवशी यम आपल्या बहिणीकडे गेला तेव्हा तिने त्याला ओवाळले आणि आनंद व्यक्त केला, तेव्हापासून बहिणीने भावाला दीर्घायुष्यासाठी दिव्याने ओवाळण्याची चाल रूढ झाली, असे म्हटले जाते.

परंपरा आणि आधुनिकतेचा सुवर्णमध्य साधत येणाऱ्या आजच्या दिवाळीचा उत्साह पूर्वीइतकाच आहे, फक्त साजरीकरणाचे संदर्भ बदलले आहेत. व्यापारी बंधूंच्या लकी ड्रॉची स्वप्ने रंगवत आज दिवाळी येते. फराळांच्या पदार्थांचे आगमन तयार पॅक्समधून होते. वाहिन्यांवरील कार्यक्रम रात्री उशिरापर्यंत पाहिल्यामुळे सूर्योदयापूर्वीचा अभ्यंगस्नानयोग वाट्याला येईलच याची शाश्वती नाही. ई-दिवाळीचे आकर्षण वाढते आहे. दिवाळी अंक वाचणाऱ्यांची संख्या बोटावर मोजता येईल, असे चित्र एकीकडे आहे.

आज माहिती तंत्रज्ञानाच्या प्रसारामुळे आणि विज्ञानाने जी मोठी झेप घेतली आहे, त्यामुळे ज्ञान-विज्ञानाची दीपावली खऱ्या अर्थाने साजरी होत आहे; पण त्याचबरोबर माणसामाणसातील स्नेहज्योती क्षीण होत चालल्या आहेत. वेळीच प्रेमाचे, स्नेहाचे तेल त्यात घातले नाही, तर त्या मालवण्याची दाट शक्यता आहे.

तेलाचे आणि विजेचे असंख्य दिवे प्रज्वलित करून आसमंत प्रकाशमान करता येणे सहज शक्य आहे; पण खरी गरज आहे ती मनामनातल्या प्रेमाच्या, आपुलकीच्या, स्वाभिमानाच्या, माणुसकीच्या, त्यागाच्या, सहकार्याच्या, विवेकाच्या, संयमाच्या अंतर्ज्योती पेटविण्याची, त्या पेटविता आल्या तरच भारतीय संस्कृतीला अपेक्षित असणाऱ्या संदर्भांना धरून 'दिवाळी' साजरी झाली असे म्हणता येईल.

परिचय

१. नाव

प्रा. मिलिंद गोविंदराव जोशी (लेखक, कथाकार आणि वक्ते)
कार्याध्यक्ष, महाराष्ट्र साहित्य परिषद, पुणे.

२. जन्मतारीख

२६ जुलै १९७२ (मु. पो. माणकेश्वर, ता. परंडा, जि. उस्मानाबाद)

३. पत्ता

बी १/१२ रविराज टेरेस, राठी बिल्डर्स, सुखसागरनगर, कात्रज,
पुणे - ४११ ०४६,

भ्रमणध्वनी

९८५०२७०८२३

४. ई-मेल

joshi.milind23@gmail.com

५. शिक्षण

स्थापत्य अभियंता

६. व्यवसाय

प्राध्यापक, भारती विद्यापीठ विश्वविद्यालयाचे अभियांत्रिकी महाविद्यालय, पुणे

७. लेखन

१. दै. सकाळ, सामना, लोकमत, लोकसत्ता, संचार, देशदूत, महाराष्ट्र टाइम्स, पुढारी, दिव्य मराठी, केसरी, प्रभात सर्व नामवंत वृत्तपत्रांतून आणि मासिकांतून तसेच दिवाळी अंकांतून विविध विषयांवर विपुल लेखन. दै. लोकसत्ता (चतुरंग पुरवणीतील - बोधिवृक्ष), दै. महाराष्ट्र टाइम्स (प्रोफेसर्स कॉर्नर), दै. सकाळ (ऐसी अक्षरे रसिके मेळवीन), दै. लोकमत (मुळारंभ) या सदरांतील लेखनाला वाचकांचा उत्तम प्रतिसाद

२. दूरचित्रवाणी आणि आकाशवाणीसाठी अनेक मान्यवरांच्या मुलाखती आणि लेखन. आकाशवाणीवरील चिंतन या सदरासाठी लेखन.

३. 'अंतर्नाद' या मराठीतील दर्जेदार वाङ्मयीन नियतकालिकात सलग साडेचारवर्षे पुस्तक परीक्षणाचे सदर लिहिले.

४. गीतरामायणाच्या हीरकमहोत्सवी वर्षानिमित्त गदिमा प्रतिष्ठानने प्रकाशित केलेल्या 'अवघ्या आशा श्रीरामार्पण' या स्मरणिकेचे संपादन केले.

८. प्रकाशित साहित्य

१. परिघातील विश्व (ललित लेखसंग्रह)

२. आठवणीतले शिवाजी सावंत

३. चरित्रं अशी घडतात

४. प्राचार्य (शिवाजीराव भोसले यांचे चरित्र)

५. नायजेरियात धोंडे पाटील (एका कृषिशास्त्रज्ञाची यशोगाथा)

६. आपली मुलं घडविताना

७. तमाच्या तळाशी (कार्पोरेट जीवनाचे चित्रण करणारा कथासंग्रह)

८. हसण्यावारी (विनोदी लेखसंग्रह)

९. संतसाहित्य आणि आजची पिढी

१० शिक्षणातील आनंदयात्री (कै. पु. ग. वैद्य स्मृतिग्रंथ)

११. पानगळ (कथासंग्रह)

१२. ऐसी कळवळ्याची जाती (व्यक्तिचित्रसंग्रह)

१३. शुभंकरांचा सांगाती (कवी दत्ता हलसगीकर स्मृतिग्रंथाचे संपादन)

९. व्याख्याने

१. पुण्याच्या नामवंत वसंत व्याख्यानमालेसह महाराष्ट्रातल्या आणि बृहन्महाराष्ट्रातल्या सर्व व्याख्यानमालातून विविध विषयांवर व्याख्याने
२. इंदोर, भोपाळ, ग्वाल्हेर, झाशी, हैदराबाद, गुलबर्गा, गोवा, बडोदा, अहमदाबाद, बेळगाव, कारवार, निपाणी, बेळगुंदी येथे व्याख्याने
३. अमेरिका, सिंगापूर, दुबई, अबु धाबी, मलेशिया येथेही व्याख्याने
४. अरविंद आश्रम दिल्लीच्या वतीने नैनिताल येथे सलग आठ दिवस रोज दोन तास योगी अरविंद चरित्र आणि तत्त्वज्ञान या विषयावर व्याख्याने
५. विवेकानंदांच्या १५०व्या जयंती वर्षाच्या निमित्ताने महाराष्ट्रात स्वामी विवेकानंदावरील शंभर व्याख्याने दिली.
६. गीतरामायणाच्या हीरकमहोत्सवी सोहळ्यात डॉ. बालाजी तांबे, शिवशाहीर बाबासाहेब पुरंदरे, गुरुदेव शंकर अभ्यंकर यांच्या समवेत व्याख्यानासाठी निमंत्रित.

१०. पारितोषिके

१. प्राचार्य या चरित्रग्रंथाला यशवंतराव चव्हाण प्रतिष्ठानचा सह्याद्री साहित्य पुरस्कार
२. हसण्यावारी या विनोदी लेखसंग्रहाला कै. चि. वि. जोशी साहित्य पुरस्कार
३. संतसाहित्य आणि आजची पिढी या ग्रंथाला मातृमंदिर विश्वस्त संस्था पुणे यांचा संतसाहित्य पुरस्कार
४. महाराष्ट्र साहित्य कला प्रसारिणी सभा, पुणे यांचा डॉ. निर्मलकुमार फडकुले साहित्य पुरस्कार
५. उत्कृष्ट लेखनासाठीचा कै. अनंत काणेकर पुरस्कार
६. साने गुरुजी विचार साधना पुरस्कार
७. तमाच्या तळाशी या कथासंग्रहाला डॉ. गोपाळ बनहट्टी आणि बाईदेवी व्यास पुरस्कार
८. रोटरी क्लब ऑफ बार्शीच्या वतीने २०११ सालचा लेखन क्षेत्रातील योगदानाबद्दल व्यावसायिक गुणवत्ता पुरस्कार

९. पानगळ या कथासंग्रहाला नाशिकच्या सार्वजनिक वाचनालयाचा प्रतिष्ठेचा पु. ना. पंडित पुरस्कार
१०. साहित्यदीप प्रतिष्ठान, पुणेच्या वतीने साहित्य सेवेबद्दल साहित्यदीप पुरस्कार.
११. महाराष्ट्र साहित्य परिषद, जुळे सोलापूर शाखा आणि प्रिसिजन फाउंडेशन यांच्या संयुक्त विद्यमाने कविवर्य दत्ता हलसगीकर श्रेष्ठ साहित्यिक पुरस्कार : हस्ते - ॲड. उज्ज्वल निकम
१२. लोकमान्य टिळक स्मारक वाचन मंदिराचा कविवर्य द्वारकानाथ शेंडे समीक्षा पुरस्कार २०१७
१३. पुणे ग्रंथोत्तेजक सभेचा जीवनगौरव पुरस्कार

११. विशेष सन्मान

१. जून २०११मध्ये फलटण येथे झालेल्या आणि महाराष्ट्र साहित्य परिषदेने आयोजित केलेल्या पहिल्या प्राचार्य शिवाजीराव भोसले स्मृती विभागीय साहित्य संमेलनाचे अध्यक्ष
२. एप्रिल २०१२मध्ये पणंबुरे (सांगली) येथे झालेल्या ६व्या डोंगरी साहित्य संमेलनाचे अध्यक्ष
३. एप्रिल २०१३मध्ये रेणावी (जि. सांगली) येथे झालेल्या १४व्या ग्रामीण साहित्य संमेलनाचे अध्यक्ष
४. जानेवारी २०१५मध्ये पुणे येथे झालेल्या पहिल्या अखिल भारतीय जाणीव साहित्य संमेलनाचे अध्यक्ष
५. ऑगस्ट २०१६मध्ये आचार्य अत्रे विकास प्रतिष्ठान, सासवड आयोजित १९व्या आचार्य अत्रे साहित्य संमेलनाचे अध्यक्ष
६. डिसेंबर २०१६मध्ये पलूस येथे झालेल्या २६व्या ग्रामीण साहित्य संमेलनाचे अध्यक्ष
७. डिसेंबर २०१६मध्ये ठाणे येथे झालेल्या ९व्या ठाणे जिल्हा साहित्य संमेलनाचे अध्यक्ष.
८. फेब्रुवारी २०१७मध्ये चिपळूण येथे झालेल्या पहिल्या अपरान्त साहित्य संमेलनाचे अध्यक्ष
९. जानेवारी २०१८मध्ये कुद्रेमनी (बेळगाव) येथे बलभीम साहित्य संघ आयोजित १२व्या साहित्य संमेलनाचे अध्यक्ष

१०. जानेवारी २०१८मध्ये सदानंद साहित्य मंडळ, औदुंबर आयोजित कवी सुधांशु जन्मशताब्दी आणि ७५व्या औंदुबर साहित्य संमेलनाच्या उद्घाटन समारंभाचे अध्यक्ष.

१२. संस्थात्मक कार्य

१. अध्यक्ष, प्राचार्य शिवाजीराव भोसले स्मृती समिती, पुणे

२. सल्लागार, मासिक सत्याग्रही विचारधारा, पुणे

३. सदस्य, लोकसाहित्य समिती, महाराष्ट्र शासन

४ माजी प्रमुख कार्यवाह, महाराष्ट्र साहित्य परिषद, पुणे

www.ingramcontent.com/pod-product-compliance
Lightning Source LLC
LaVergne TN
LVHW100551051026
849519LV00003B/903